புதிய கோணங்கி

புதிய கோணங்கி

கிருத்திகா

Title: Puthia Konangi
Author's Name: Krithika
Copyright © Ravi Bhoothalingam2022
Published by Ezutthu Prachuram

Ezutthu Prachuram
(An imprint of Zero Degree Publishing)
No. 55(7), R Block, 6th Avenue,
Anna Nagar,
Chennai - 600 040

Website: www.zerodegreepublishing.com
E Mail id: zerodegreepublishing@gmail.com
Phone : 89250 61999

Ezutthu Prachuram First Edition: August 2022
ISBN: 978-93-91748-38-8
TITLE NO EP: 361

Rs.

Layout: Vijayan, Creative Studio
Printed in India

குடுகுடு குடுகுடு குடுகுடு; குடுகுடு;
சொல்லடி, சொல்லடி, சக்தி, மாகாளி
வேதபுரத் தாருக்கு நல்ல குறி சொல்லு.

தொழில் பெருகுது; தொழிலாளி வாழ்வான்;
சாத்திரம் வளருது; சூத்திரம் தெரியுது;
யந்திரம் பெருகுது, தந்திரம் வளருது;
மந்திர மெல்லாம் வளருது, வளருது.

பூர்வ பீடிகை

1. காளிதாசனும் துர்க்கையும்

"உண்மையைச் சொல்லிவிடும்!" ராஜகுமாரியின் அழகிய உதடுகள் துடிதுடித்தன. கண்கள் அக்னியைக் கக்கின. கர்வத்துடன் தன் சிரசை கம்பீரமாகத் திருப்பி அவனைப் பார்த்தாள். சங்கு போன்ற அவளுடைய உருண்டை கிரீவத்தின் பொலிவு தந்தம் போல் மிளிர்ந்தது.

"ஈ ஈ ஈ." மணமகனின் முகத்தில், அச்சத்தின் மிகுதியால், ஓர் அசட்டுச் சிரிப்பு தோன்றிற்று.

அதைக் கண்டதும் ராஜகுமாரியின் ஆத்திரம் பன்மடங்கு அதிகரித்தது. ஆனாலும் அவன் தன்னைக் கண்டு மருள்வதை உணர்ந்து, பொருமிவந்த தன் ஏமாற்றத்தையும், அழுகையையும் அடக்கிக்கொண்டாள். மந்திரி சித்திராங்கதன் செய்த சூழ்ச்சியே இது. ஆத்திரப்படாமல் நிதானமாகப் பேசி நடந்ததை அறிய வேண்டும். இல்லாவிட்டால் விஷயம் மிஞ்சிவிடும்; மந்திரியின் தந்திரம் பலித்துவிடும்.

அவள் அவன் எதிரில் கைகூப்பி நின்றாள். "பயப்படாமல் நடந்ததைச் சொல்லுங்கள். கவலையே பட வேண்டாம். நான் எல்லாவற்றையும் பார்த்துக்கொள்கிறேன்."

ரௌத்திரம் மாறி, இனிமையான குழைவுடன் தன்னைக் கொஞ்சும் அந்த அழகிய பெண்ணுருவம் மணமகள் உள்ளத்தை வென்றது. அவன் சொன்னான். நாக்குழற, தட்டுத் தடுமாறியபடியே பேசினான். என்னென்னமோ உளறினான். எப்படியோ அவளும் விஷயத்தைப் புரிந்துகொண்டாள். அவள் சந்தேகப்பட்டது போல்தான் நடந்திருக்கிறது. வித்தை பயின்றுவிட்டோம், அறிவு கண்டுவிட்டோமென்று கர்வங்கொண்ட இந்த அரசகுமாரியின் அகம்பாவத்தைக் குலைக்கவேண்டுமென்றே சித்திராங்கதன் இந்தச் சூது செய்திருக்கிறான். மகாபண்டிதன்; மேதாவி என்று சொல்லி, அனாதையான ஏழைப் பிராமணன் ஒருவனைக் கூட்டி வந்து மணப்பந்தலில் உட்கார வைத்து, சடங்குகள் முடியும் வரையில் வாய்திறவாதே என்று மிரட்டி தன் இஷ்டத்திற்குப் பணியவைத்திருக்கிறான்.

அவன் ஒரு அப்பாவி; தாய்தந்தை இழந்தவன் இடையனால் வளர்க்கப்பட்டு காடு மலையில் வாழ்கிறவன் ஒன்றும் அறியா மூடன்.

"ஈ ஈ ஈ" மணமகன் அரசகுமாரியையப் பார்த்து இளித்தான். பட்டுப் பீதாம்பரம், மணக்கும் சுகந்தம், ஜொலிக்கும் ஆபரணங்கள். ஆனால் முகத்தில் ஒளியிழந்த கண்கள், அறிவற்ற பார்வை, அவன் இப்போது அவள் கணவன். இரவு வேளை – படுக்கை அறை. ரத்தினங்கள் இழைத்த மஞ்சம், எதிரே இந்த ஜடம்.

அவள் அந்தப் பஞ்சணை மெத்தையின் மேல் தொப்பென்று உட்கார்ந்து, தாங்கொணாத் துயரத்தினால் தலைமேல் கையை வைத்தாள்; முனகினாள், விம்மினாள்.

மணமகன் தன் சிரிப்பை நிறுத்திக்கொண்டான். ஏதோ நடக்கக் கூடாதது நடந்துவிட்டது என்று புரிந்துகொண்டான். மௌனமாக அவளையே உற்றுப் பார்த்துக்கொண்டு அப்படியே நின்றான்.

வெகுநேரம் அரசகுமாரி யோசனையில் ஆழ்ந்துவிட்டாள். நிலைமையை எப்படிச் சமாளிப்பது? திடீரென்று அவள் குதித்தெழுந்து, ஏதோ முடிவுக்கு வந்துவிட்டதுபோல் அவன் கையைப் பற்றி இழுத்தாள்.

"வாருங்கள், புறப்படலாம். சீக்கிரமாகப் போகவேண்டும். நடுநிசி ஆகிவிட்டது. காளிதேவி திரும்புமுன் நாம் கோவில் அடைய வேண்டும்."

இருவரும் அவசரமாக வெளியே வந்து, விடுவிடுவென்று கோவிலைப் பார்த்து நடந்தார்கள். போகும் வழியில், அவன் செய்ய வேண்டியதை எளிய வகையில் எடுத்துச் சொன்னாள் அவள். அவன் தலையை அசைத்தான். ஒன்றும் அறியா மூடனானாலும், இட்ட கட்டளையைச் செய்யப் பயிற்சி பெற்றிருந்தான். மேலும் அவளுடைய லாவண்யமும், சாதுர்யப் பேச்சும், பாவமும் அவனைக் காந்தம் போல் இழுத்து, யந்திரம் போல் இட்ட பணியைச் செய்யத் தூண்டின.

"புரிந்ததா? தெரிந்ததா?" அவள் திருப்பித் திருப்பிக் கேட்டாள். அவன் மீண்டும் மீண்டும் தலையை அசைத்தான்.

கோவிலுக்குள் நுழைந்தவுடன் அவள் அர்த்தமண்டபத் தூணிற்குப் பின் மறைவாக ஒளிந்துகொண்டாள். அவன், அவள் ஆக்ஞைப்படி கர்ப்பக்கிருகத்தினுள் நின்றுகொண்டு கதவைத் தாளிட்டான்.

நடுநிசி, கதவைத் தட்டும் சத்தம். "யார் அங்கே, உள்ளே? கதவைத் திற."

"நீ யார்?"

"அடே, நான் யாரென்று கேட்கவும் உனக்குத் துணிவு உண்டா?"

"நீ யார்?"

"அட மூடமே, கதவைத் திறக்கிறாயா? இல்லா விட்டால் உன்னை இப்போதே பஸ்மம் செய்யட்டுமா?"

"நீ யார்?"

வெளியே ஓர் உறுமல், இரைச்சல், கனைப்பு. பிறகு, "நான்தான் காளிதேவி."

"கதவைத் திறக்கவேண்டுமானால், வரம் கொடு."

"என்ன? மூடமே, நீ என்ன கேட்கிறாய் என்று அறிந்தாயா?"

"வரம்."

இரவு கழிந்துவிட்டது. கோழிகூவும் சமயம். ஆனால் கர்ப்பக் கிருகத்தின் ஜடம் விடவில்லை. திரும்பத் திரும்ப, "வரம் கொடுத்தால் திறப்பேன்," என்று பிதற்றிக்கொண்டே இருந்தது.

பார்த்தாள் தேவி. அவனுடைய விடாமுயற்சியைக் கண்டு கருணை கொண்டாள். "சரி," யென்று திருவாய் மலர்ந்தாள்.

கதவு திறந்து கொண்டது.

கர்ப்பக்கிருகத்தின் பீடத்தில் ஜகத் ஜோதிமயமாக எழுந்தருளினாள் மகாகாளி. அவன் கண்கள் கூசின. அவனையும் அறியாமல் "தேவி" என்று கூவிவிட்டான். மண்டபத்துரண் மறைவில் ஏதோ சாயை ஊஞ்சலாடிற்று.

"எங்கே நாவை நீட்டு பார்ப்போம்."

அவன் உள்ளம் சிலிர்த்தது. மெய்மறந்து அப்படியே ஸ்தம்பித்து நின்றுவிட்டான்.

"காளிதாசா, பக்தா!"

திடுக்கிட்டு கண்களை விழித்தான், காளிதாசன். – எதிரே துர்க்கையின் சிலை உருவம். கன்னங்கரேலென்ற தோற்றம். சிலை பேசுமா? கல் உருவம் நாவில் எழுதுமா? அவன் சிலையையே உற்றுநோக்கினான். சட்டென்று தேவியின் அகத்தில் ஒளிவீசிய அந்த சக்திப்பிழம்பு மின்வெட்டு போல் அவன் கண்ணில் ஒளிர்ந்தது. கைகூப்பி நின்றான்.

"மாணிக்ய வீணர் முபலாலயந்தீம்..."

அமுதவர்ஷம்போல் அவன் நாவிலிருந்து தேவியின் துதி வழிந்தோடியது. மலையருவிபோல, வாக்கருவி கொட்டிற்று. சீரிய சொல்முத்துக்கள் சிதறித் தெறித்தன.

"ஸர்வநாதாத்மிகே"..... ...... சப்த பிரம்மமான குண்டலினி சக்தி ஐம்பது வர்ணங்களுடன் மூலாதாரத்தில் வீற்று, தன் திவ்விய வீணையை மீட்டுகிறான். அந்தப் பரம வொலியின் நாதத்தில் அமிழ்ந்துவிடுகிறான், காளிதாஸன். அப்போது அன்னநடை போட்டு வந்தாள் உள்ளே அரசிளங்குமரி.

"அஸ்தி கச்சித் வாக்விசேஷா?" இனிமேல் இருவரும் நல்ல பண்பேறிய மொழியில் இலக்கியச் சர்ச்சையோ, வேதாந்தம் விளக்கமோ செய்யலாமல்லவா? அவள் அவனைப் பூரிப்புடன் நோக்கினாள். பரம மேதாவி, காளியின் தாசன் அவள் கணவன்.

அவளுடைய அந்த ஒரு கேள்வியை மூன்றாகப் பிரித்து பதில் சொன்னான், அவன்.

'அஸ்தி' என்னும் கேள்விக்கு, 'அஸ்தி உத்தரங்யாம்திசி' என்று ஆரம்பிக்கும் குமார காவியம் உருவாயிற்று.

'கச்சித்' என்னும் பாகத்திற்குக் 'கச்சித் காந்தா விரஹகுருணா' என்று தொடங்கும் மேகதூத காவியம் பதில் சொல்லிற்று.

'வாக்விசேஷா' என்று அவள் முடித்த சொல்லை வைத்து 'வாக் அர்தாவிவ' என்று முழங்கும் ரகுவம்சக் காவியத்தை இயற்றிப் பாடினான்.

பிறகு 'தாயே உன் அருள்' என்று அவளை வணங்கி நின்றான்.

திடுக்கிட்டுப் பின்வாங்கினாள் அந்த மோகனாங்கி. "என்னை நீங்கள்... இப்படி... தாயாக பாவிப்பது அடுக்குமா?" இப்போது அவள் நாதான் குழறிற்று.

"நீதானே ஆசிகூறி என்னை தேவியிடம் அனுப்பிவைத்தாய்.

ஜகத்மாதா, அவள். நீ என்னுடைய மாதா, எனக்குப் புத்தி புகட்டிய குரு.”

ராஜபுத்திரி திணறினாள். “என்னைத் தொட்டுத் தாலி கட்டி விட்டதை மறந்துவிட்டீர்களா?” அவள் தீனஸ்வரத்துடன் கேட்டாள்.

“பால்யத்தில் மாதாவை இழந்த ஏக்கத்தில் நான் ஜடமானேன். அன்பை நுகராத மனிதன் ஒரு கட்டையே! இப்போது தேவி ஜகன்மோகினி எனக்குத் தாயன்பை ஊட்டிவிட்டாள். அந்த அன்பின் ஊடே, அந்தச் சக்தியின் பலத்தில் எந்த உலகை ஜயிக்க ஏங்கினேனோ அதை அடைந்துவிட்டேன். அந்தகாரமான உலகிலிருந்து என்னை ஜோதிமயமான அறிவு வெள்ளத்தில் அழுக்கிவிட்டாள், தேவி. இனிமேல் எனக்குப் புரியாதது ஒன்றுமில்லை. அச்சம் தருவது யாதுமில்லை. இதோ பார். மரம், ஆகாயம், மலை, அருவி எல்லாமே ஒளிப்பிரவாகம் கொண்டு துள்ளுகின்றன.”

“பிரபோ!” ராஜகுமாரி அவனைக் கெஞ்சும் பாவனையில் நோக்கினாள்,

“நீதானே என்னைக் காளியிடம் அழைத்து வந்தாய்? என் உள்ளத்தில் உன் உருவம் ஜகன்மாதாவுடன் ஐக்கியமாகி விட்டது. தாயில்லை என்ற துக்கம் தீர நீயொரு தாய் – சர்வலோக மாதா இருவருக்கும் தாய். ஜன்ம ஜன்மாந்திரமாக என் அகத்தில் வளர்ந்துவரும் ஏக்கத்திற்கு, தேவியின் அருள் ஒரு பரிபூர்ண நிறைவு.

2. சிவாஜியின் சபதம்

பூனா மாவட்டத்தில் மேற்கே ஸஹ்யாத்ரி மலையோரமாக 90 மைல் விஸ்தாரத்திற்குப் பரவியுள்ள நாட்டை மாவல் அல்லது அஸ்தமனப் பிரதேசம் என்று கூறுவார்கள். கரடுமுரடான நிலத்தோற்றம்; அடுக்கடுக்கான பீடபூமி - இடை இடையே செங்குத்தான பள்ளத்தாக்குகள், நதிப் படுகைகள், பிரம்மாண்டமான கரிய கற்பாறைகள், கடக்க முடியாத முட்புதர்கள், ஆங்காங்கே பசுமையான பச்சைக் காடுகள், வறட்சிக்காற்று. ஆனால் அது ஆரோக்கியமும், திடகாத்திரமும் தரக்கூடியது. வெம்மையும் அதிகமில்லை. இந்த மாவல் நாட்டு ஜனங்கள் நல்ல பலமும், திடமும். பௌருஷமும் கொண்டவர்கள்.

மாவல் நாடு கிருஷி வளம் பொருந்திய பிரதேசம். அங்கே ஜனங்கள் பூமியை உழுது பயிரிட்டு எளிய ஜீவனம் நடத்தி வாழ்ந்தார்கள். இந்த மாவ்லே பாகங்களில் (பல கிராமங்கள் அடங்கியது ஒரு பாகம்) தேஷ்முக் என்ற பிரதானிகள் சிற்றரசர்களைப் போல அதிகாரம் செலுத்தி வந்தார்கள். கிராமத் தலைவனான பாட்டீல் மூலம் அவர்கள் வரிகளைத் திரட்டி வந்தார்கள். பாட்டீல்களுக்கும் இவ்வரியில் பங்குண்டு. ஆனால்

பாட்டிலானாலும் சரி, தேஷ்முக் ஆனாலும் சரி மொத்தமாகக் குடியாட்சியை அனுசரித்தே நடந்து வந்தார்கள். சுயேச்சை கொண்ட மாவ்லே மக்கள் குடியரசுரிமையை விரும்பினார்கள்.

தேஷ்முக்கள் சிவாஜியின் ஜாதியைச் சேர்ந்தவர்கள். தம் குடிகளை, திருட்டு, கொள்ளை இவற்றிலிருந்து காப்பாற்ற அவர்கள் சிறுசிறு படைகளைச் சேர்த்து வைத்திருந்தார்கள். இப்படைகள் மற்றவர்கள் அவர்கள் பாகங்களை ஆக்கிரமிக்காமல் பாதுகாக்கவும் உதவின. அடிக்கடி பேரரசன் உதவிக்குக் கூப்பிட்டால், அங்கே செல்லவும் உதவின.

இளம் சிவாஜி இம்மாவ்லே படைவீரர்களுடன் ஸஹ்யாத்ரி காடுமலை, மேடு பள்ளம், ஆறு படுகைகளில் திரிந்து, நல்ல கடினமான வாழ்க்கையை லாகவத்துடன் ஏற்க ஆற்றல் பெற்றான். அவன் தேகம் இறுக்கமும், உரமும் அடைந்தது. உள்ளத்தில் ஆர்வமும், துணிச்சலும் திரண்டன. அவனைச் சூழ்ந்த இளங்காளைகளும் எதற்கும் அஞ்சாநெஞ்சர்களாக வளர்ந்தார்கள். சிவாஜியின் தோற்றமும், தேசாபிமானமும் அவர்களை ஈர்த்தது. நாளடைவில் அவனுடைய உயர்ந்த கொள்கைகளும் நியாய உணர்ச்சியும் ஜனங்களைக் கவர்ந்தன. அவன் மராட்டியர்களுக்குத் தலைவனானான்.

மெல்ல மெல்ல மராட்டியர்கள் ஒன்றுசேர்ந்து, தம் தேசத்திலிருந்து முகமதியர்களை விரட்டிவிடுவது என்று உறுதி கொண்டார்கள். இருந்தாலும் மாவ்லே பிரதேசத்தில் வீரதீர செயல்களைச் செய்யும் மராட்டியப் படைகள், சக்கரவர்த்தியின் சேனைக்கெதிரில் எம் மட்டு? சிவாஜி தீவிரமாக யோசனை செய்தான்.

அன்று இரவு சிவாஜிக்கு உறக்கம் கொள்ளவில்லை. இதுவரையில் அவன் ஈடுபட்ட போர்கள் வேறு, சக்கரவர்த்தியின் பிரதிநிதியான அப்ஸல்கான் வேறு. என்ன செய்வது? அவனுடைய நிபந்தனைகளுக்குத் தலைபணிந்து சரணடைவதா? அப்படியானால் அவன் இதுவரையில் கனவு கண்ட சுதந்திரத்தையும், எதிர்பார்க்கும் புகழையும் பெருமையையும

விட்டுவிட்டு, எல்லோரையும் போல் சக்கரவர்த்திப் பணியாளாக வாழ்நாளைக் கழிக்க வேண்டியதுதான். சீ..... அவனுடைய ஆணவமென்ன... உறுதியென்ன... பின்? எதிர்த்துக் கிளம்பினான், ஆனால், அப்புறம் அவன் ஆயுள் முழுவதும், உயிரையும் சுதந்திரத்தையும் பாதுகாக்கப் படாதபாடு படவேண்டும். ஒன்று, சதா சக்கரவர்த்தியின் படைகளுடன் போரிடவேண்டும். அல்லது, அது அலுத்துவிட்டால், அவற்றைத் தவிர்க்கக் காடு மலைகளில் ஓடி ஒளிந்து வாழவேண்டும். கடினமான இந்த வழியை ஏற்க அவன் தயங்கவில்லை, பயப்படவுமில்லை. அப்படிச் செய்ய அவன் மாவ்லே படைகளுக்குப் போதுமான உறுதியுண்டென்று அவனுக்குத் தெரியும். இருந்தாலும் அவ்விதக் கொடிய தண்டனை அவர்களுக்கு விதிப்பது நியாயமா? அப்படிச் செய்தாலும் என்றைக்காவது ஒருநாள் வெற்றி அவனைச் சேருமா?

படுக்கப் போகுமுன், அவன் தாய் ஜீஜாபாய் சொன்ன வீரமொழிகள் அவன் காதில் ஒலித்தன. "மகனே, தயங்காதே. தேவி பவானி துணையென்று எண்ணி முகமதியர்களைத் தாக்கு. உனக்கு அவள் பலம் ஊட்டுவாள். கிருகஸ்தன் பிரவிருத்தி மார்க்கத்தில்தான் அம்பாளை உபாஸிக்க வேண்டும். நீ ஒரு கிருகஸ்தன். உன் மக்களுக்கு மட்டுமின்றி மாவ்லே மக்களுக்கே பிதா, சமூகத் தலைவன். உன் தர்மம் மக்களின் பாதுகாப்பு. பிறருக்காக உழைக்க வேண்டுமென்னும் உன் நோன்பை தேவி அறியாளா? உன்னை இந்த இடத்தில் இருத்தியவள் அவள்தானே! மேற்படி உன் பொறுப்பு - உன் கர்மாவை நீ நடத்த வேண்டியது. வாழ்க்கையில் நமக்குக் கிடைக்கும் சந்தர்ப்பங்களைச் சரிவரப் பயன்படுத்திக்கொள்வது நம் கடமை. தயங்காதே. அப்ஸல்கானை திடமுடன் எதிர்த்துச் சண்டை போடு."

அவன் இரவு முழுவதும் தூக்கமின்றிப் படுக்கையில் புரண்டான். நாற்சந்தி முனை. எப்படிப் போவது? தேவி, பவானி - வழிகாட்டுவாயா? புலம்பிக்கொண்டே அவன் அமைதியற்ற ஒரு தூக்கத்தில் ஆழ்ந்தான்.

இதென்ன! ஒளியுடன் பிரகாசிக்கும் தேவியின் உருவம் சிவாஜிமுன் தோன்றிற்று. பிரதாப்கர் கோவில் மணியோசை. துர்க்கையின் கரிய விழிகளில் காருண்யம் தளும்பி வழிந்தது.

"மகனே!"

"தேவி!"

"அன்பா! உனக்கு வெற்றி!"

அவன் அவள் மடி மீது தலையை வைத்திருந்தான். தாமரை போன்ற அவளுடைய கோமள விரல்கள் அவன் தலையை வருடின.

"எழுந்திரு! திரட்டு படைகளை. தேசத்தின் விலங்குகளைப் பார். இதோ என் கைகளை அறுக்கின்றன."

"சிவாஜீ..." சிவாஜி குதித்தெழுந்தான். "ஜெ! பவானி, ஜெ பாரதி. உன் அருள் இருக்கும் போது வெற்றி சந்தேகமா? தேவி! காளி! மாதா!"

சிவாஜியின் உடல் சிலிர்த்தது. கண்விழித்தபோது அவன் உடல் தெப்பமாக நனைந்திருந்தது. கனவா – நனவா? அவன் ஒரு குதியில் மஞ்சத்தைவிட்டு எழுந்திருந்தான். மற்றொரு தாவில் உடைவாளை எட்டிப் பிடித்து உயர்த்தினான். அவன் மனம் உறுதிப்பட்டுவிட்டது.

படைகளுடன் சிவாஜி மலை மேலேறத் தொடங்கும்போது, தெய்வீக ஒளிவீசும் ஒரு உருவம் அங்கே தோன்றிற்று. அவன் தாயார், ஜீஜாபாய். சிவாஜி அவள் அடி பணிந்தான். "போய்வா, அப்பா. உனக்குப் பவானி துணை. வெற்றியுடன் திரும்புவாய்." பிறகு அவள் அவனைச் சுற்றியிருந்த படைவீரர்களை நோக்கிக் கூறினாள்: "என் மகனைப் பத்திரமாகக் காத்து திரும்பி அழைத்துவருவது உங்கள் பொறுப்பு" என்று வீரம்பொங்க மொழிந்தாள்.

"ஜீஜாபாய், ஜீஜாபாய், நாங்கள் சிவாஜியைக் கைவிடோம். இது

உறுதி, உறுதி..." என்று அவ்வீரர்கள் உரக்க கோஷமிட்டார்கள்.

சிவாஜி மலைமேல் ஏறினான். அவன் மறையும்வரையில் பவானியே உருக்கொண்டாற்போல அந்த உருவமும் கையை உயர்த்தி ஆவேசத்துடன் அவர்களை உந்திய வண்ணம் அங்கே நின்றிருந்தது.

"ஜெ பவானி! ஹரஹர மகாதேவா!" என்ற முழக்கத்துடன் வீரர்கள் கோட்டையைத் தாக்கினார்கள்.

3. சங்கரர் கண்ட செளந்தர்ய மாதா

"அம்மா, அம்மா!" குளித்துக் கரையேறிவிட்டாள், ஆர்யாம்பாள். அரையில் ஈரப்புடவை, இடுப்பில் நீர்க்குடம். வீடு செல்லக் காலெடுத்து வைக்கும்போதுதான் அந்த அபயக்குரல் கேட்டது. திடுக்கிட்டுத் திரும்பிப் பார்த்தாள். பயங்கரமான ஒரு முதலை அவள் அருமைப் புதல்வன் சங்கரன் காலைக் கவ்வியபடி அவனை ஆற்றோடு இழுத்துச் சென்றுகொண்டிருந்தது! "அம்மா! இன்னும் சில நிமிஷங்களே மிகுதி. அத்துடன் என் ஆயுள் முடிவடைந்துவிடும். இப்போதாவது சந்நியாசம் எடுத்துக்கொள்ள அமைதி கொடு."

தாய் பதைபதைக்கக் கரையில் நின்றாள், ஜனக்கூட்டம் அவளைச் சூழ்ந்து அனுதாபத்துடன் முனகியது. சுளைக்குமிழிட்ட சூர்ணாநதி படிக்கட்டுகளை அடங்கா ஆர்வத்துடன் தழுவிக்கொண்டது. பிள்ளையை முதலை கவ்விக்கொண்டு போகிறது. தாயின் உள்ளமோ வெடித்துவிடும் போலப் பொருமியது. "அம்மா!" மகனின் இறைஞ்சும் குரலைக் கேட்டதும் அவள் உதிரம் உறைந்துவிட்டது.

"தாயே, ஆபத் சந்நியாசம் எடுத்துக் கொள்ளட்டுமா?"

இதென்ன சோதனை? எந்தச் சம்மதத்தைக் கொடுக்க அவள் இத்தனை நாட்களாக மறுத்தாளோ அதையே.

"தாயே சீக்கிரம் சொல்லு..."

நாக்குழற, தட்டுத்தடுமாற ஆர்யாம்பாள் சொன்னாள்: "அப்பனே, அப்படியே செய். உனக்கு மோக்ஷம் கிடைக்கட்டும்."

அதற்குப் பிறகு அவளுக்கு ஒன்றுமே புலப்படவில்லை. மண்டை கிறுகிறுத்தது; கண் மங்கிவிட்டது. மூர்ச்சையிட்டு அப்படியே கீழே சாய்ந்துவிட்டாள்.

அவள் மறுபடியும் கண் விழித்ததும், சங்கரர் அவள் முன் முண்டனமாக கௌபீனத்துடன் நின்றார். என்ன ஆச்சரியம்! முதலை எங்கே போயிற்று? யாராவது அடித்துக் கொன்று விட்டார்களா? அவள் தன் கண்களைச் சுழற்றிச் சுற்றுமுற்றும் பார்த்தாள்.

"தாயே, நீதான் என் தேவி. தேவியே நீ. எங்கும் வியாபிக்கும் ஜோதிமயமான மாதா உன் உருவமாக வந்து எனக்கு விடுதலை அளித்துவிட்டாள்" என்று சொல்லி சங்கரர் தாயின் அடியில் பணிந்து எழுந்தார்.

பிறகு இரு கரங்களையும் கூப்பியபடி அவள் எதிரில் நின்றார்.

"ஸுதா ஸிந்தோர் மத்யே! ஸுரவிடபிவாடி பரிவ்ருதே மணித்வீபே! நீ போப வனவதி! சிந்தாமணிக்ருஹே!"

அமிர்தக்கடலுக்கு நடுவில் மணிமயமான தீவில் சிந்தாமணி கிருஹத்தில்...

ஸௌந்தர்யலஹரியை வர்ஷித்தார் சங்கரர். சகல பிராணிகளுக்கும் மாதா... எனக்குத் தாய்.

அன்று ஆரம்பித்தது சங்கரருடைய சோதனை. மனதை அடக்கி, உணர்ச்சிகளைப் பொசுக்கி ராஜஸ தாமஸ குணங்களை நசுக்கி, பிறகு பயிற்சியினால் ஒழுக்கத்தில் விசேஷத் திறமை

எய்தி ஆத்மசுத்தியும், முழுமையும் அடைய முயன்றார். உறுதி, அடக்கம், கட்டுப்பாடுகள், உணர்ச்சிவேகம் - இவற்றுக்கு இடையே சம பாவம் வகிக்க, அவர் ஆழ்ந்த மனவெழுச்சி யுடன் தெய்வபக்தி கொண்டு, தேவி மகாசக்தியிடம் தன்னை அர்ப்பணம் செய்தார்.

சரணாகதியின் தாத்பரியம், தான் என்பதையே விட்டு அப்படியே தெய்வத்துடன் ஐக்கியமாவதே என்பது சங்கரர் கருத்து. 'நான்' என்று ஒன்று கிடையாது. 'நானே அது', தெய்வமே நான். இராமனுஜர் இதை வாதித்தார். சுயநலம், அகம்பாவம், ஆத்மாவின் நிர்மலமான தோற்றத்தைக் கலைக்கலாம். ஆனால் 'நான்' என்ற ஆத்மா தனியாக நின்றே பரமாத்மாவென்ற அந்த மெய்ப்பொருளைத் தேடவேண்டும். இந்த உந்தல் இல்லா விட்டால் மனிதனுடைய அந்தரங்கம் மெலிவடைந்து, வாடி, உயிரற்று, சோர்ந்து உட்கார்ந்துவிடும் என்றார் அவர்.

"பஜ கோவிந்தம், பஜ கோவிந்தம்"

நான் நான், அந்த நான் என்பதென்ன?

"கஸ்த்வம் கோஹம் குத ஆயாத
காமே ஜனனீ கோமே தாத;"

சங்கரருடைய முழக்கமே ஆதித்திய நாட்டில் பரவியது.

1

சக்கரம்

சூரியன் மலைவாயை அடையும் தருணத்தில் சாம்புதிரையை அகற்றி விமானத்திற்கு வெளியே பார்த்தான். அந்தி மயங்கி, அடிவானம் கருத்துக்கொண்டு வந்தது. மையிட்ட ஒரு பிரம்மாண்ட வட்டம். அதன் ஓரமெல்லாம் பொன்னும், தாமிரமும் தீக்குழம்பாகப் பரவி, ஆதித்திய நாட்டிற்கே ஒரு பெரும் யாக பூமியின் தோற்றம் கொடுத்தது.

சாம்பு ஒரு நீண்ட பெருமூச்சுவிட்டான். மண், பூமி, ஆகாயம், விண்வெளி – அங்கே விளையாட நினைக்கும் மனிதனின் முயற்சிக்கோட்டைகள்! பிரபஞ்சத்தில் அவன் ஒரு அணுவிற்குச் சமானம். இருந்தாலும், அவனுக்குள்ள விடாமுயற்சியும், தீர்மானமும் அளவிட முடியாதது. அவனுடைய கற்பனைகளும், சாதனைகளும் எண்ணற்றவை.

மண்! சாம்பு குனிந்து அதைப் பார்த்தான். சொந்த மண். அவன் பிறந்த பூமி. இதற்குள் கிறுகிறுவென்று இருள் வந்து வானைக் கவ்விக்கொண்டது. கீழே சிறுசிறு தீப்பொறிகளைப்

போல சத்யோத்தியாவின் தீபவொளி எங்கும் சிதறுண்டு பிரகாசித்தது.

சத்யோத்தியா! இன்று, இந்தப் பயணம் ஒரு புதிய திருப்பம் கொள்ளும். சத்யோத்தியாவில் தங்கி, அனுமதிச் சீட்டுப் பெற்று, அப்புறம்தான் அவன் 'அங்கே' போக முடியும்.

'அங்கே.' சக்திநிவாஸ். அது எங்கே இருக்கிறது என்று கூட அவனுக்குத் தெரியாது. யாருக்குமே தெரியாது. சக்திநிவாஸின் உயிர்நிலையான அந்த சத்திராஜித் காமேஷ், யார்? தன்னுடன், சிறுவயதில் நாஞ்சி நாட்டில் வளர்ந்த அந்தக் காமேஸ்வரனாக இருக்கக்கூடுமா? அவன் எப்படி இங்கே உதித்தான்? இதன் மர்மமென்ன? எல்லோரும் சொல்லுவது போல் அங்கே ஒரு கோவிலும் மடமும் மாத்திரம்தான் இருக்கிறதென்றால், அங்கு செல்ல ஏன் இத்தனை தடைகள்? அந்தக் காமேஷுடைய தலைமையில் அங்கே என்ன நடக்கிறது? அவனுக்கும் அரசாங்கத்திற்கும் ஏற்பட்டுள்ள இந்த ரகசியத் தொடர்பு எப்படி உற்பத்தியாயிற்று? சரித்திரத்தில் பிரசித்தி பெற்ற ஒரு பாத்திரம், நாடக அரங்கிற்கு வருவது போன்ற தோற்றம் கொடுக்கும் இந்தக் காமேஷ் - யார்?

சாம்பு தன் கண்களை மூடிக்கொண்டான். பொதிய மலைச்சாரல், குழைந்து ஓடும் மேகக்கூட்டங்கள், இனிய தென்றல், மண்ணின் மணம், நாலாபக்கமும் தோப்புகள் - தென்னை, வாழை, பலா. நடுவிலிருந்தது அந்த வீடு. பழமையானது. அதாவது, காமேஷ் பிறப்பதற்கு சுமார் நூறு வருஷங்களுக்கு முன் கட்டினதாக இருக்கும். அவன் தாயாருடைய கட்டாயத்தின் பேரில், அவன் தகப்பனார் அதைப் புதுப்பித்திருந்தார். சத்யோத்தியாவில் அவன் சிறு தாயார் எத்தனையோ நாகரிகமாக வாழ்கிறாள். தானும் அப்படி இருக்கவேண்டுமென்று அவன் தாயாருக்கும் ஆசை. 'சத்யோத்தியா பாணி, ஆனால் அசலைவிட நகல் சிறிது மட்டமென்று அந்த வீட்டைப் பற்றி அவன் நினைத்ததுண்டு. வீட்டைப் புதிப்பித்தது போல அவன் தாயார் காமேஸ்வரன் என்னும் பெயரையும் நவநாகரிகமாக காமேஷ்' என்று

மாற்றினாள். தானும் அஜந்தா கொண்டை, ஃபாடின் புடவை, கண்ணோரத்தில் கீற்றுகள் என்று வளைய வந்தாள். கிராமத்தில் இது ஒரு விசேஷ அனுபவம்.

"இந்தப் புது மோஸ்தரில் இருக்கத் தெரியவேயில்லை," என்று முணுமுணுப்பாள், அவள் மாமியார்.

அடுத்த அறையிலிருந்த மாமனார், லலிதா ஸகஸ்ர நாமமோ, செளந்தர்யலகரியோ உரக்கச் சொல்லிக்கொண்டிருப்பார். அவர் ஒரு தேவி உபாஸகர். அத்துடன் சம்ஸ்கிருத வித்வான் வேறு. கேட்கவேண்டுமா? அப்படியே மந்திரங்களும் தந்திரங்களும் அருவியாக ஓடும் காமேஷுக்கும் சம்ஸ்கிருதத்தில் பற்றுதலுண்டு. வேதத்தைக் கோஷமுடன் ஓதுவதில் அவனுக்கு ஓர் அலாதி உற்சாகம். லலிதா ஸகஸ்ரநாமம், செளந்தர்யலகரி, சியாமளா தண்டகம் – எல்லாம் அவனுக்குத் தண்ணீர் பட்ட பாடு. அடிக்கடி அவன் தாத்தாவுடன் மதானு சாரங்களைப் பற்றித் தீவிரமாக வாதாடுவான். அவன் காட்டிய அசாதாரண விவேகத்தைக்கண்டு சாம்பு எத்தனையோ தடவை திகைத்திருக்கிறான்.

"துர்க்கா ஓங்காரத் தலைவி, வலிய சாமுண்டி; அவள் ஆண்மையைத் தருவாள்" என்பார் தாத்தா.

"கேட்டியா சாம்பு? தெய்வ நம்பிக்கையின் பலத்தை வைத்துக்கொண்டு மனிதன் எதைத்தான் சாதிக்க முடியாது? என்ன வேண்டுமோ செய்யலாம். கோட்டைகளைத் தகர்க்கலாம், மலைகளைப் பெயர்த்தெறியலாம், சமுத்திரங்களைச் சாடலாம். தெரிந்துகொள்," என்று காமேஷ் அடிக்கடி சொல்லுவான்.

சாம்பு இப்போது அதை நினைத்துப் பார்த்துக்கொண்டான். அந்தக் காமேஷ்தானா ஆதித்திய நாட்டின் தற்போதைய நிலைமையை உருத்தெரியாமல் மாற்றிவிட்டிருக்கிறான்?

போர்டிகோவுக்குப் பக்கத்தில் ரோஜாச் செடிகளைப் பயிரிட்டபடி குத்திட்டு உட்கார்ந்திருப்பான், காமேஷின் தகப்பன். அப்போது அவனுக்கு நாற்பத்தைந்து வயதிருக்கும்.

இரட்டை நாடிச் சரீரம் - மண்டையில் வழுக்கை. ஆனால் முகத்தில் உருண்டையான ஒரு குழந்தையின் தோற்றம். கண்களில் மாத்திரமே சதா ஒரு ரோதனத்தின் சாயை தேங்கி நிற்கும். ஆயிரக்கணக்கான சர்க்கார் சிப்பந்திகளில் அவனும் ஒருவன். யந்திரம் போல் தினம் காரியாலயம் போவது, மாலை வீடு திரும்புவது என்று ருசியில்லாத ஒரு வாழ்வை நடத்தி வந்தான்.

காமேஷின் தகப்பனாரைப் பார்க்கும்போதெல்லாம் சாம்புவுக்கு எரிச்சலாக வரும். எதனால் அவனுக்கு இந்த மனத்தளார்ச்சி உண்டாகிறது? அவனுக்கு மாத்திரமா? ஆதித்திய நாடு முழுவதுமே அக்கறையில்லாத ஓர் அசதியில் முழுகி இருக்கிறதே! ஏன் நம்மவர் இப்படி இருக்கிறார்கள் என்று சாம்பு விசனமுறுவதுண்டு.

பல்லாண்டுகளுக்கு முன் நாம் மதர்லாந்துக்கு அடிமைகளாக இருந்ததின் பலனாக ஒருவிதத் தாழ்வு மனப்பான்மை கொண்டுவிட்டோம். அது அடுத்த வீட்டுக்காரனைக் காட்டிக்கொடுக்க நம்மைத் தூண்டுகிறது. இல்லாவிட்டால், எனக்கு ஒரு கண் போனாலும் போகட்டும், அடுத்த வீட்டுக்காரனுக்கு இரண்டும் போனால் சரியென்ற ரீதியில் நடந்துகொள்ளுவோமா? ஆமாம். அடி ஆழத்தில் நம் அகத்தை ஏதோ ஒன்று செல்லரித்து வருகிறது. இந்தச் சோர்வு, சாதனைகளைக் கொன்றுவிடும். ஆனால் ஆதித்திய நாட்டவர்கள் இதை ஒரு அருமையான சுபாவமென்று சொல்லி, லேசாக அப்புறம் தள்ளிவிடுவார்கள். சுலபமாகக் கிடைப்பதை ஏற்காமல் ஏன் அநாவசியமாக உழைக்கவேண்டுமென்று வேடிக்கை செய்வார்கள். நம் பிரதாபங்களும், செயலளவிற்கு வராமல் போனதற்கு இந்த அடிப்படைச் சோர்வே காரணமென்று சாம்பு எண்ணிக்கொண்டான்.

அப்போது அவனுக்குத் தன் கல்லூரி நாள்கள் நினைவிற்கு வந்தன. காமேஷ*ம் சாம்புவும் கல்லூரியில் கடைசி வருஷப் படிப்பைப் பூர்த்தி செய்து கொண்டிருந்தார்கள். எங்கும் ஒரே கொந்தளிப்பு. கம்யூனிஸ்டுகளும் சங்காயித்துக்காரர்களுமாக

தேசத்தைக் குழப்பிக்கொண்டிருந்தார்கள். நாடு கிடுகிடுவென்று ஆடிக்கொண்டிருந்த காலம், அது. கல்லூரி மாணவர்கள் இந்த அரசியல்வாதத்தில் பங்குகொள்ளாமல் இருப்பார்களா? ஒருவன் குறையாமல் சாம்பு உள்பட, போட்டி, சச்சரவு, ஸ்டிரைக்கு, வாக் அவுட்டு என்று புரட்சிகள் நடத்தினார்கள்.

காமேஷ் மாத்திரம் கொஞ்சம் விலகியே இருப்பான். அவனை யாருமே ஆழம் பார்க்க முடியாது. அவனிடம் ஓர் அமிழ்ந்த பவ்வியம்; பெருமையைத் தவிர்த்த ஒரு எளிமைத் தோற்றம். மனிதன் தனித்திருப்பது அவனால் அல்ல; அவனைச் சூழ்ந்துள்ள பாலைவனத் தோற்றத்தி னால் என்று விளக்குவதுபோல் ஒதுங்கியிருப்பான்; அந்த வயதிலேயே அவனுக்கு வருங்காலத்தைக் கணிக்கக்கூடிய ஒரு சக்தி இருந்ததோ! மனித உள்ளங்களைத் தன்னிஷ்டப்படி ஆட்டி வைக்கும் ஆற்றலுமுண்டு.

அவனுக்குக் கேசு நினைவு வந்தது. சோம்பேறி என்று அவனை எத்தனை பரிகாசம் செய்தாலும், சிரித்துக்கொண்டு தன் சோம்பலைத் தாங்கிப் பேசுவான், அவன். கேசு பார்க்க வசீகரிக்கும் தோற்றமுள்ளவன். நெளிநெளியாக கிராப்புத்தலை. காந்தம் போல் இழுக்கும் ஒரு புன்சிரிப்பு. சவுடாலாக எதையும் வெட்டிப் பேசிவிடுவான். எப்போதும் படுத்த வண்ணமோ, சாய்மான நாற்காலியில் சாய்ந்த வண்ணமோ தானிருப்பான். எத்தனையோ முறை சாம்பு ஹாஸ்டலுக்குச் சென்று குறட்டைவிடும் கேசுவை அடித்து எழுப்பியிருக்கிறான்.

"போடா போ. உன்னைப்போல் உழைப்பாளிகள் இருக்கும் போது நான் ஏன் சிரமப்பட வேண்டும்" என்று சொல்லிவிட்டுத் திரும்பிப் படுத்துவிடுவான். அவனைக் கம்யூனிஸ்ட்டுகளுடன் சேரும்படி சாம்பு என்ன பாடு பட்டும் நடக்கவில்லை. எப்படி நடக்கும்?

திடீரென்று கேசுவிடம் ஒரு மாறுதல். சதா தூங்குகிறவன் ஹாஸ்டல் மெஸ்ஸை எடுத்து நடத்தத் தொடங்கிவிட்டான். விதவிதமான பதார்த்தங்கள் இலையில் வந்து விழுந்தன.

கேசுவே தூக்குச் சட்டியை எடுத்துக்கொண்டு, கரண்டியும் கையுமாகப் பிரசன்னமானான். சாம்புவுக்கு ஒரே பிரமிப்பு. யானையை மேலே ஓட்டினால் கூட எழுந்திருக்காத இந்தக் கும்பகர்ணன் இங்கே எங்கே உதித்தான்? பலர் காமேஷ்தான் அந்த மனிதனை அப்படி உருக்கி வார்த்துவிட்டதாகச் சொல்லிக் கொண்டார்கள். நம்பக்கூடிய காரியமா? அவன் காமேஷை விசாரித்தான்.

"பொறுப்பை விட்டுத் தப்பியோட பலருக்கு தூக்கம் உதவுகிறது. ஆதரவும், உறுதியும் கொண்ட யாராவது ஒருவன் தைரியம் சொன்னால் அவர்களுக்குப் பயம் தெளிகிறது. சமையலைப்பற்றி கேசு பேசுவதை அடிக்கடி கேட்டிருக்கிறேன். அவனுடைய இந்தத் திறனைப்பற்றிப் பேசினேன், அவ்வளவுதான். "இப்படிச் சொல்லிவிட்டு, காமேஷ் போய்விட்டான். ஆனால், சாம்புவுக்கு ஆச்சரியம் தாங்கவில்லை. அந்தக் கேசுவை இப்படி...

இப்போது அதை நினைத்துப்பார்க்கும் போது, இளைஞர்களுக்கு இப்படி உற்சாகமும் தைரியமும் ஊட்டக்கூடிய சக்தி அவனிடம் அப்போதே இருந்திருக்கவேண்டுமென்று தோன்றிற்று. அப்போதே அவன் பார்வையின் கோணல் இந்தத் திக்காகப் போய்க்கொண்டிருந்தது போலும். அதனால்தான் இப்போது அவன் சக்தி வீரர்களை இப்படிப் பழக்கி ஆதித்திய நாட்டிற்குப் புத்துயிர் அளித்திருக்கிறான்! அந்தக் காமேஷ்தானா -

இவன்? இது அவனில்லாவிட்டால் பின் யார்? இங்கே எப்படித் திளைத்தான்? இந்த மர்மம்தான் என்ன?

சாம்பு தன் நினைவுகளைக் கலைத்துவிட்டுக்கொண்டு மறுபடியும் சன்னல் வழியாக வெளியே பார்த்தான். மின்மினிகளைப்போல சத்தியோத்தியாவின் தீபங்கள் தொலைவில் கண்சிமிட்டின. வானை அடைத்துக்கொண்டிருந்த மையிருட்டைவிட்டு அவன் கண்கள் பூமியின் தீபவொளியைக் கவ்விக்கொண்டன.

"இடுப்பில் பெல்டைக் கட்டிக்கொள்ளுங்கள், விமானம் கீழே இறங்கப்போகிறது" ஒலிபெருக்கியில் உத்தரவு பிறந்தது.

சாம்புவின் விரல்கள் பெல்ட்டை இறுக்கின. ஆனால் அவன் மனம்தான் அங்கு வந்ததன் மூலகாரணத்தைச் சிந்தித்தபடி இருந்தது. ஆமாம், கேசுவைப் போன்றவர்களைப் பீடிக்கும் இந்தச் சோர்வு வியாதி கையாளும் வழிதான் என்ன? எக்காரணத்தினால் அவர்கள் மாத்திரம் எண்ணு மெண்ணங்களை எல்லாம் வெற்றியுறச் செய்கிறார்கள்! மானமும், வீரமும், ஆண்மையும் அங்கு மாத்திரம் ஏன் பொங்கி வழிகிறது? இந்தச் சக்தி வேள்வி என்பதை எத்தனை தூரம் நம்பலாம்? இதை அறிய ஆவல் கொண்டுதானே பத்து வருடங்களாகத் தாய் நாட்டைக் காணாத அவன் திரும்பி வந்து கொண் டிருந்தான்.

இதுவரையில் ஆகாயத்தில் நிதானமாக மிதந்துகொண்டிருந்த விமானம் சட்டென்று குடைசாய்ந்து பூமியைப் பார்த்து படுவேகமாக வந்தது. ஆதித்தியனுடைய புண்ணிய பூமி அதை வரவேற்க எதிர்கொண்டோடியது. சில விநாடிகளுக்கு விமானத்தின் சக்கரங்கள் நிலத்தைத் தொட்டும் தொடாமலும் ஓடின. பிறகு அழுத்தமாக அதில் பதிந்து விரைந்தன. ஆதித்திய நாடு! அவன் பிறந்த வளம் கொண்ட பூமி! இப்போது ஏனோ உலகத்திற்கு அது ஒரு விந்தைத் தோற்றம் கொடுக்க ஆரம்பித்து விட்டது. எதனால் அப்படி? தெய்வ பக்தி என்பது அங்கே எப்போதும் உள்ள ஓர் அம்சம்தானே!

மற்ற அயல்நாட்டு நிலையங்களை எல்லாம் தோற்கடிக்கக் கூடியதாக அமைந்திருந்தது, சத்யோத்தியா விமான நிலையம். அலங்காரமான அறைகள்; சுவர்களில் சிற்பமும் சித்திரமும்; சலவைக்கல் மண்டபங்கள்; தணிப்பைக் குறைக்கும் மின்சாரக் கருவிகள். உள்ளே நுழைந்தவுடன் கதகதப்பான அந்த இளஞ்சூட்டில் சாம்புவின் உடல் பூரித்தது.

"நமஸ்காரம். ஓம் சக்தி துணை. நீதானா 'சூரியன் விளிம்பு'ப் பத்திரிகை சாம்பு?" அவன் எதிரில் நெட்டையான ஒருவன் சிரித்துக்கொண்டே நின்றான். சாம்பு தலையை ஆட்டினான். அவன் நினைத்துக்கொண்டான். கட்டையான இந்தக் கறுப்பு

மனிதனா சத்திராஜித்தின் உயிர்த்தோழன்! விழிகள் மங்கி, உடல் சுருங்கி.

"என் பெயர் பாபு ஸிம்ஹேந்திரன் - ஸிம்ஹன்னு கூப்பிடுவா. சாப்பிட்டாச்சா?" அவன் குரல், மொழிகளின் உச்சரிப்பு, வயிற்றுப்பாட்டைப் பற்றிய கரிசனை, இத்தனையும் அவன் பிறந்த ஊரை விளம்பரப்படுத்தியது - வாஸவேச்வரம்.

சாம்பு மறுபடியும் ஆமாமென்று தலையை ஆட்டினான். அவன் மதர்லாந்து சென்ற பின்பு இந்த நாடு பாபு ராஜ்யமென்று பிரசித்தி பெற்றுவிட்டது. சாம்பு புறப்படும்போதே மதர்லாந்து நண்பர்கள் சொல்லியிருந்தார்கள். சத்யோத்தியாவில் - பாபுக்கள் சினேகம் கிடைத்துவிட்டால் எதை வேணுமானாலும் சாதித்து விடலாமென்று. அவன் மிகவும் விரும்பும் அந்த சக்தி நிவாஸ் பர்மிட்டு கூட..... பாபுக்கள் நினைத்தால்..... சாம்பு மிக்க சந்தோஷத்துடன் அவன் சத்யோத்தியாவில் சந்திக்கும் முதல் பாபுவுக்கு கும்பிடு போட்டான்.

"உனக்கென்று 'சர்தார் சீதாராம்' விருந்து மாளிகையில் ஒரு அறை ஏற்பாடு செய்திருக்கிறேன்," என்றான் ஸிம்ஹன்.

"ஸிம்ஹன் நல்ல உயரம். ஊரிலிருக்கும் போது நாங்கள் அவனை 'நெட்டை ஸிம்ஹன்' என்று கூப்பிடுவோம், எனக்கு அவனை நன்றாகத் தெரியும். அவனுக்கு எழுதுகிறேன். நம் ஊர்க்காரன் என்றால் ஒரு அலாதி பிரியத்துடன் உதவி செய்வான்" மதர்லாந்திலிருந்து ஒரு ஆதித்திய நண்பன், ஸிம்ஹனை இப்படி அறிமுகப்படுத்தியிருந்தான்.

சுங்கத்துறையினர் பகுதிக்குள் நுழைந்தார்கள். ஸிம்ஹன் சிறிதும் தயங்காமல் விடுவிடுவென்று அடைப்பைத் தாண்டினான். அங்கே சுங்க உடுப்பில் குறுக்கும் நெடுக்குமாகச் சுற்றிக்கொண்டிருந்த அதிகாரிகளில் ஒருவனிடம் போய், அவன் தோள் மேல் கையைப் போட்டான். அவன் திரும்பிப் பார்த்தான். ஸிம்ஹனைக் கண்டவுடன் 'ஒகோ' வென்று கூவியவாறு முதுகில் அறைந்தான். அதற்குப் பிறகு கண்மூடித்

திறப்பதற்குள் அவர்கள் சங்கக் கட்டிடத்திலிருந்து வெளியே வந்தார்கள். இது பாபு ராஜ்யமென்பதில் என்ன சந்தேகம்?

"சக்தி சக்தி ஓம் சக்தி
ஓம் சக்தி முக்திவேர்."

ஒலிபெருக்கி வழியாக சாம்புவை ஆதித்திய நாடு வரவேற்றது.

"ஓம் சக்தி யென்று சொல்லு - கெட்ட
சஞ்சலங்கள் யாவினையும் கொல்லு..."

அருமையான அந்தக் கவியின் பாட்டுகளை இப்போது ஆதித்தியர்கள் தம் சொந்தக் காரியங்களைச் சாதித்துக்கொள்ள உபயோகித்தார்கள்.

டாக்ஸியில் ஏறினவுடன் சாம்பு, தான் பத்திரிகை நிருபன் என்பதை விளக்கிவிட்டான். நகரத்தின் விஸ்தாரம் - சுற்றளவு - ஜனத்தொகை என்று கேள்விகள் கேட்டுத் தள்ளினான். அறுபது லட்ச ஜனங்கள்! அண்ணாந்து பார்த்தால் வானளாவும் கட்டிடங்கள்! ஆதித்திய நாடு எந்தத் தேசத்திற்கும் தோற்றதல்லவென்று தெரியவந்தது. பொருளாதாரத்தில், முற்போக்குப் பாதையில் நடைபோடும் நாடுகளிலிருந்து வந்தவர்கள் கூட அதை அசட்டை செய்யமுடியாது. கடைசியில் நம் நாட்டில் சுபிட்சமுண்டாகிவிட்டது. அப்படியானால் உற்பத்தி நிரம்பி, ஆக்கத் தொழில் வளர்ந்திருக்கும். அதற்குத் தகுந்தபடி கல்வியும், அதோடு சேர்ந்து இழையும் பண்பும் இருக்கும்.

"இப்போது நாம் போய்க்கொண்டிருக்கும் பாதைதான் பெயர் போன ராமர் அங்குலீகம்" என்றான் ஸிம்ஹன்.

ராமாயணமும், தேவி உபாசனையும், நவநாகரிக சூழ்நிலையும்.... சாம்புவின் உள்ளம் குழம்பியது. சாதாரணமாக உலக வழக்கம் என்னவென்றால், பழையதைப் புது ஆடையில் போட்டு வைப்பதே; இங்கே என்னவென்றால் புதியதை புராணப்போர்வை கொண்டு மூடி...

அவன் எண்ணங்களைக் கலைத்துக்கொண்டு ஸிம்ஹன் கேட்டான்: "இம்புட்டு வருஷங்கள் கழிச்சு வர்ரீயே - மதர்லாந்து அம்புட்டு புடிச்சுப்போச்சா?"

இந்தக் கேள்வி சாம்புவுக்கு தான் வந்த காரியத்தை நினைவூட்டியதுபோல் ஆயிற்று. "ஆமாம், சத்யோத்தியாவில் நீ ரொம்ப நாட்களாக வேலை செய்கிறாயோ?"

ஸிம்ஹன் முகத்தில் ஒரு மாறுதல் கண்டது. வாஸவேச்வரத்து உபசார வரவேற்பு பாவம் மறைந்து, அதில் ஒரு உப்பும் தோன்றிற்று.

"நான் பல வருஷங்களாகப் பெருந்தொழில் மந்திரியாலயத்தில் வேலை பார்க்கிறேன். ஆபிஸர்கள் எல்லோருக்குமே என்னிடம் ரொம்ப நம்பிக்கை, அப்படியொரு விசுவாசம். நான் ஒரு நோட்டு எழுதிவிட்டால், அப்புறம் எந்த உத்யோகஸ்தனும் அதைப் பற்றிக் கவலையே படமாட்டான். அந்த வாக்கிலேயே பைலைத் தூக்கிப் போட்டுவிடுவான்."

"அப்படியானால் எனக்கு 'சக்தி நிவாஸம்' போக பர்மிட்டு..."

இதைக் கேட்டவுடன் ஸிம்ஹன் முகம் சப்பென்று வடிந்து, கண்கள், பனி படர்ந்த கண்ணாடிபோல மங்கின. சாம்பு இதன் காரணத்தை ஆராயுமுன் அவனே பேச வாரம் பித்தான்; குரல் கம்மி, கருத்துத் தோய்ந்திருந்தது. "சக்தி நிவாஸப் பர்மிட்டு என்று சுலபமாகச் சொல்லிவிட்டாய். சாதாரணமாக அங்கே ஒருவரையும் போக அனுமதிப்பது கிடையாது என்று உனக்குக்கூட தெரியாமல் இருக்காது. அப்படி எப்போதாவது அபூர்வமாக பர்மிட்டு கொடுக்கப்பட்டிருந்தால், அது மந்திரியாலயத்தைச் சுற்றிவந்து பற்பல பரிசீலனைக்கு உள்ளாகி... ரொம்ப சிரமம். நினைத்துப் பார்த்தால், சக்தி நிவாஸப் பர்மிட்டு என்று ஏற்படுத்திய போதிலிருந்து அதை யாருக்குமே கொடுத்தாய் தெரியவில்லை.

"பாபு, வாசுதேவனை உனக்குத் தெரியுமல்லவா? அவன் ஆதித்தியனின் சொந்தக்காரியாலயத்தைச் சேர்ந்தவனாயிற்றே... அவனிடம் சொல்லி..."

ஸிம்ஹன் தன் தோட்களை விரித்துவிட்டுக்கொண்டான் "பாபுக்கள் முறைவழியாகப் போகப்பட்டவர்கள். ரெட் டெப் அவர்கள் உயிர் போன்றது. விதி, நிபந்தனை, சட்டம், கட்டுப்பாடு இவற்றைப் ஃபைல் மூலம் ஆபீஸர்களுக்கும், மந்திரிகளுக்கும் உணர்த்துவது எங்கள் பொறுப்பு. ஆதித்தியன் எங்களை நம்பித்தான் ராஜ்யம் நடத்துகிறான்."

இதைக் கேட்டவுடன் சாம்புவிற்கு தன் மதர்லாந்து நண்பன் சொன்னது ஞாபகத்திற்கு வந்தது. "சத்யோத்தியாவில் பாபுக்களைத் தனித்தனியாக தூபம் போடவேண்டும் என்ற அந்த எச்சரிப்பு எத்தனை பொருத்தமானது!"

"உங்கள் வீட்டிற்கு உடனே வரவேண்டுமென்று ஆசைதான். ஆனால் முதலில் கொஞ்சம் சிரம் பரிகாரம் செய்துகொள்கிறேன். காலையில் வரலாமா?"

"கட்டாயம் வாருங்கள்," என்றான் ஸிம்ஹன்.

லிஃப்ட் போய்க்கொண்டே இருந்தது. சீதாராம் மாளிகையில் இருபத்தைந்து மாடிகள். சாம்புவின் அறை ஒன்பதாவது மாடியில் இருந்தது. ஸிம்ஹனுக்கு விடைகொடுத்துவிட்டு, அவன் உடைகளை மாற்றிக்கொண்டு கட்டிலில் சாய்ந்தான். அண்ணாந்து படுத்தபடி கண்களை மெதுவாக அறை பூராவும் ஓட்டினான். அப்பா! பத்து வருஷங்களில் சத்யோத்தியா உருத்தெரியாமல் மாறிவிட்டதே! விமான நிலையத்தில் கண்ட சிங்கார ஜோடிப்புக்களை விட்டுத்தள்ளு. இதோ இந்த நடுத்தர விடுதியில் கூட எத்தனை நவீன மோஸ்தர்கள்! காட்டுத்தனம் போய் நம்மவர்களுக்கு அழகுணர்வும், மென்மைப் பயிற்சியும் உண்டாகிவிட்டதா என்ன? கண்டபடி சாமான்களைப் போட்டு வைப்போர்களுக்கு இப்படி ஒழுங்குடன் அமைக்கும் நாகரிகம் எப்படி வந்தது?

காலையில் எழுந்தவுடன் அவன் தலைப்பக்கமாக இருந்த பொத்தானை அழுக்கினான். விளக்கு எரியவில்லை. மஞ்சள் வெயிலையாவது பார்ப்போமென்று எழுந்துபோய் சன்னல்

படுதாக்களை ஒதுக்கினான். படாரென்று சப்தத்துடன் ஏதோ குலுங்கிற்று. பிறகு தடாரென்று திரை, வளையம், பட்டை எல்லாம் அவன் தலைமேல் விழுந்தன. சே... குளிப்பறைக்குள் போய் குழாயைத் திருப்பினான். சரேலென்ற வீச்சுடன் நீர்த்துளிகள் முகத்தில் அடித்தன. அவன் எரிச்சலுடன் திரும்பிவந்து அறை சிப்பந்தியைக் கூப்பிட வைத்திருக்கும் மணியை அழுத்தினான். அரைமணி கழித்துத் தூங்கி வழிந்து கொண்டு ஒரு ஆள் உள்ளே வந்தான்.

அவனுடைய நேர்த்தியான வெள்ளை அங்கியில் திருஷ்டிப்பரிகாரமாக ஒரு சிறு மஞ்சள் கறை இருந்தது. பதார்த்தங்களைப் பரிமாறும்போது ஏதோ சிந்திவிட்டது போலும். ஓகோ! இரவில், பகட்டான மின்சார வெளிச்சத்தில், பட்டுப் படுதாக்களும், வெல்வெட்டுத் துண்டுகளுமாகச் சேர்ந்து ஆதித்திய நாட்டின் குற்றங்குறைகளை அழகாக மறைத்துவிட்டன. அவன் ஏமாந்து போய் விட்டான். இன்னமும் அவன் நாட்டார் காரியங்களைத் துப்புரவாகச் செய்யக் கற்கவில்லை. தொழில் நாகரிகம் வளர்ந்திருக்கலாம். அதனால் ஏற்றுமதி, இறக்குமதி, போக்குவரத்து, வர்த்தகம் இவை கொழுத்திருக்கலாம். ஆனாலும் ரத்தத்தில் ஊறிய இந்த சோம்பல் அவர்களைத் திருந்த அலங்கார ஜோதி விளக்குகளில் சிலந்திப்பின்னல் என்று அசிரத்தையின் சின்னங்கள் எவ்வளவோ, ஓம் சக்தியென்று கூறி அவர்கள் செய்துவரும் பண்பின் சாதகத்தில் இதொன்று இடைமறித்து நிற்கிறதே!

சாம்பு கண்ணாடி முன் நின்றான். பிறகு தனக்குத் தானாய் சிரித்துக்கொண்டான். முன்பெல்லாம் 'கறுப்பு மனிதன், வயிற்றுப் பிழைப்பிற்காக நம்மூரை நாடி வந்திருக்கிறான்,' என்று இளப்பமாக அவனை ஆட்சேபித்த அதே மதர்லாந்து மேதாவிகள், இப்போது அவனை இங்கே அனுப்பித்திருக்கிறார்கள்.

"இந்தப் புதிய சக்தியின் தாத்பரியமென்ன? சக்தி நிவாஸின் மர்மமென்ன? அறிந்துவா. சூரியன் விளிம்பில் அலசி எடுத்துவிடலாம்" என்று சொல்லித்தான் ஆசிரியன் அவனை

அனுப்பிவைத்தான். ஆனால், சாம்புவிற்குத் தெரியும், அந்த பத்திரிகாசிரியன் பின்னால் நின்றுகொண்டு யார் யார் அவனைத் தூண்டிவிட்டிருக்கிறார்கள் என்று.

ஆதித்திய நாடு எப்படிப் புத்துயிர் கொண்டு எழுந்தது? அற்புதமான அதனுடைய புனருத்தாரணம் எப்படி நிகழ்ந்தது? இதன் மர்மமென்ன? இது யாரால் கைகூடிற்று? மதர்லாந்து அரசின் ரகசியத் துப்பறிவு இதைக் கண்டறியத் தவறிவிட்டது. ராஜதந்திரிகளாலும் ஒன்றும் முடியவில்லை. அப்போது ஒரு யோசனை கிளம்பிற்று. ஆதித்திய நாட்டான் ஒருவனையே துப்பறியவிட்டால் என்ன? மதர்லாந்து ராஜதந்திரிகள் சாம்புவைப் பொறுக்கி எடுத்தார்கள். அதன்பிறகு 'சூரியன் விளிம்பு' பிரதம ஆசிரியனைக்கொண்டு தம் அபிலாஷையைப் பூர்த்திசெய்ய வழிதேடினார்கள். சாம்பு இவ்விஷயங்களை நன்றாக அறிவான். இருந்தாலும் வெகு நாள்களாக தான் காண ஆசைப்படும் அந்தச் சக்தி நிவாஸைப் பார்க்கப்போகிறோமென்ற சந்தோஷத்தில், அவன் தான் மேற்கொண்ட காரியம் எத்தனை தூரத்திற்குத் தகுதியானது என்று ஆராயவில்லை. ஒரு ரகசியமென்றால் அதைக் கிழித்துப் பார்ப்பது நிருபனுக்கு இயற்கை. அவன் கண்ணாடியில் தன்னைப் பார்த்துப் பல்வரிசை தெரிய மறுபடியும் சிரித்தான். சாம்புவின் வெள்ளைப் பற்கள் அவன் கறுத்த முகத்தை ஒளிபடரச் செய்தன.

அவன் சாப்பாட்டு அறைக்குள் நுழைந்தான். பரிமாறும் பதார்த்தங்களைக் கவனித்ததும், அவனுக்கு மேலும் ஆச்சரியம் உண்டாயிற்று. ஆதித்திய நாட்டின் வாழ்வுச் சித்தாந்தத்தை விளக்குவதுபோல அவை அமைந்திருந்தன. இட்டலியோடு தொட்டுக் கொள்ள மதர்லாந்து சாஸ்ம், மேலைநாட்டு சூப்புடன் கத்திரிக்காய் எண்ணெய்க்கறியும், இப்படிப் பற்பல ஜோடிகள் அற்புதமாகச் சேர்ந்திருந்தன. பரிமாறும்போது ஸ்யாதிகளைப் பளபளக்கும் மேஜை மேலே சிந்துவது, தட்டு முதலியவற்றைப் பார்த்து, அவன் பழைய நண்பர்களைக் கண்டாற் போல அன்புடன் முறுவலித்தான்.

ஸிம்ஹனுக்காகக் காத்து நின்றபடி. அவன்தன் அறை சன்னல் வழியாக வெளிப்புறம் நோக்கினான். சத்யோத்தியாவின் பனிக்காலத் தோற்றம் மாத்திரம் மாறவில்லை. அதே இளம் வெயில். இதமான சூட்டுடன் பனிமூட்டத்தைத் துருவிக்கொண்டு, இதோ சாலையிலுள்ள பூவாகை மரங்கள் மேல் தங்கமுலாம் பூசுகிறது. கார்த்திகை படர்ந்திருந்தன... அந்த உயரத்திலிருந்து விருந்து கிருகத் தோட்டம் அழகாக அணிவகுத்து சின்னஞ்சிறு டப்பான் தேசத்துத் தோட்டங்களைப் போலக் காட்சி அளித்தது. அருகில் போனால் அல்லவா உண்மை விளங்குமென்று சாம்பு மனதிற்குள்ளே சிரித்துக் கொண்டான். தோட்டமென்பது இயற்கையாகவே தோன்றியது போல அமையவேண்டுமென்று சொல்லி, டப்பானியர்கள் பாடுகிறார்கள். நம் சோம்பேறி தோட்டக்காரர்களுக்கோ இது ஒரு நல்ல சால்ஜாப்பு. டப்பானிய பாணியில் இயற்கைத் தோற்றம் கொடுக்கிறோமென்ற செத்தை, சருகு, குப்பை, கூளம் ஒன்றையும் நீக்காமல் விட்டுவிடுவார்கள்.

அந்தச் சமயத்தில் ஸிம்ஹன் உள்ளே வர, சாம்பு தன் எண்ணங்களை விஸ்தரித்துக்கொண்டே அவனுடன் வெளியே வந்தான். இருவரும் லிப்டில் ஏறினார்கள்.

ஸிம்ஹன் லேசாக முறுவலித்துக்கொண்டே தம் தேசத்தார் சார்பாகப் பரிந்து பேசினான். "நீ சொல்வது வாஸ்தவம்தான் நம்மவர்களுக்குக் கொஞ்சம் சோம்பல் அதிகம்தான். ஆனாலும் நம் நாட்டின் சீதோஷ்ண நிலைமையைப் பற்றி நீ யோசித்தாயா? பனிக்காலத்தில் காயைப் போல் தோலைச் சுருக்கி, உதிரத்தை வற்றச் செய்யும் சூட்டுக்காற்று. எத்தனையோ வளமும் சுபிட்சமும் நாம் பாடுபட்டுத் தேடிக்கொண்டிருக்கிறோம். இருந்தும் குளிரில் கணப்பும், வேனிலில் குளிர்ச்சியும், யந்திரமுகமாகப் பாமரனுக்குப் பாய்ச்சிக்கொடுக்கும் அளவுக்கு நாம் வரவில்லை."

இதற்குள் அவர்கள் கீழே இறங்கி வந்துவிட்டார்கள். கார் வாயிலுக்கு வந்து நின்றது. அதன் நம்பர்பட்டை கீழ் சின்ன எழுத்தில் 'பெருந்தொழில் மந்திரியாலயம்,' என்று எழுதியிருந்தது.

முதல் நாள் இருட்டில் சாம்பு இதைக் கவனிக்கவில்லை.

அவர்கள் ஞானவாசிஷ்ட வீதி வழியாகச் சென்றார்கள்.

ஸிம்ஹன் சாம்பு முகத்தைப் பார்க்காமலில்லை. அவன் காரியத்தை சாதித்துக்கொள்ளும் ஒரு பாபு. மனிதனின் மனப்போக்கை உளவு காணக்கூடிய தன்மை வாய்ந்தவன். சாம்புவின் மனதைப் புரிந்துகொண்டான். "எங்கள் மந்திரியாலயத்தில் ஐம்பது கார்கள் உண்டு. அவை எந்தெந்த சமயங்களில் எங்கெங்கே இருக்க வேண்டுமென்பதை என் கீழ் உள்ள சிப்பந்திகள்தாம் நிர்ணயிக்கிறார்கள்" என்று சாம்புவைத் தேற்றும் மாதிரியில் கூறினான்.

கார் சக்திவனத்தைக் கடந்து சென்றது. எங்கிருந்தோ ஒரு ஒலிபரப்பு கேட்டது. 'ஓம் சக்தி, ஓம் சக்தி' என்று அது ஓதியது.

"சற்றுமுன் நீ எடுத்துக்காட்டிய அந்தச் சோம்பலை இந்தச் சக்திவனத்தில் காணமுடியாது. இதை வனமென்றும் சொல்லலாம்; பூந்தோட்டமென்றும் வர்ணிக்கலாம்; அல்லது, அடர்ந்த காடாகவும் கூறலாம். தாமரைத் தடாகங்கள், மொய்க்கும் வண்டுகள், சுகந்த மலர்கள், பச்சிலைக்கொடிகள், சப்பாத்தி முட்டுபதர்கள், சுனைநீர் வீழ்ச்சிகள் - இங்கே வழி தவறிவிட்டால் மீளுவது கஷ்டம். இயற்கைக்கும் செயற்கைக்கும் இங்கே அப்படியொரு போட்டி."

போட்டி! சாம்பு இதைக்கேட்டு இடி இடியென்று சிரித்தான். "சரியாகச் சொன்னாய். போட்டி என்றால் அப்படி ஒரு போட்டி. நம்மவர்களுக்குத்தான் போட்டி போடுவதில் எத்தனை நாட்டம். டப்பானுடனும், மதர்லாந்துடனும், ஃபாதர்லாந்துடனும் எத்தனையோ போட்டி. அது போதாதென்று தமக்குள் ஒருவருக்கொருவர் போட்டி.

அதாவது குறைபாடுகளை எடுத்துச் சொன்னால்தானே மேலும் மேலும் மெருகு அடையலாம்? அதற்காக ஏற்படுத்தியுள்ள பயிற்சி இது. என்ன சொல்லி, இழுக்குப் பட்டம் கட்டுவதும் ஒரு பழக்கமாகிவிட்டது.

ஸிம்ஹனுடைய முறுவலிப்பு இப்போது உதட்டின் கீழ் ஒரு சிறு கீற்றுக்கோடாகத்தான் தெரிந்தது. "நீ மொத்தமாக ஆதித்தியர்களைப் பழிக்கிறாயா - அல்லது குறிப்பாகச் சிலரை மாத்திரம்... சொல்லுகிறாயா?" அவன் மேலே சொல்லாமல் கொஞ்சம் இழுத்துவிட்டாற்போல முணுமுணுத்தான்.

இதைக் கேட்டவுடன் சாம்பு திடுக்கிட்டாற்போலச் சற்று பின்வாங்கினான். அவன் பாபுக்களைக் குறிப்பிட்டதாக ஸிம்ஹன் நினைத்துவிட்டானோ, மெதுவாக ஓரக் கண்ணால் பாபுவைப் பார்த்தான். அவன் எப்போதும் போல பல்வரிசை தெரிய சிரித்துக்கொண்டிருந்தான். கவனமாக இருக்க வேண்டும். அவன் வந்த காரியம் கைகூட வேண்டுமானால் சத்யோத்தியாவில் பாபுக்கள் சினேகம் தேவை.

அந்தச் சமயத்தில் அவர்கள் ஒரு முச்சந்தி மூலைக்கு வந்தார்கள். "எந்த வழியாகப் போகலாம்? ஞான மார்க்கமா - பக்தி மார்க்கமா - கர்ம மார்க்கமா - எது உனக்குப் பிடித்திருக்கிறது?" என்றான் ஸிம்ஹன்.

சாம்பு சற்றுத் திகைத்துவிட்டான். வேடிக்கை செய்கிறானா? அவன் சுற்றுமுற்றும் திரும்பிப் பார்த்தான். முச்சந்திக்கு நடுவில் உயரக் கம்பத்தில் தீப்பொறிகள் போலப் பதிந்த எழுத்துகள் அவன் கண்ணில் பட்டன.

'ஞான மார்க்கம்' - 'பக்தி மார்க்கம்' - 'கர்ம மார்க்கம்', ஓகோ! பத்து வருடங்கள் முன் அவன் இங்கே வாழ்ந்தபோது சத்யோத்தியா இத்தனை தூரம் வளரவில்லை. இப்போது தலைநகரம் தெற்கே படர்ந்து, விசாலமான வீதிகளுடன் விரிந்துவிட்டது.

"பக்தி மார்க்கம்தானே இப்போதைய காலப்போக்கு? அப்படியே போவோம்" என்றான் சாம்பு.

"நீ எந்தப் பாதையைப் பிடித்தாலும் கடைசியில் அது ஒரு இடத்திற்குத்தான் போகும்."

நம்பக்கூடியதாக இல்லையே என்று சொல்லுவது போல சாம்பு புருவத்தை உயர்த்தினான்.

"ஆமாம். நான் சொல்லுவது வேடிக்கை அல்ல. இந்தச் சாலைகளை அப்படி அமைத்திருக்கிறார்கள். மூன்றும் மறுபடியும் ரகுதர்சன சவுக்கத்தில் சந்தித்துக்கொள்ளும்" என்றான் ஸிம்ஹன்.

"எனக்குப் புரியவில்லை. இவ்வீதிகள் தெற்கே போகின்றனவா... அல்லது மேற்கு – கிழக்காகப் போகின்றனவா?"

"எல்லாம்தான். ராமர் அங்குலீகம்தான் சக்கரத்தின் வட்டம். ரகுதர்சன சவுக்கம் நடுநாயகம். மார்க்க வீதிகள் இதற்குள் கோத்து வாங்கிக்கொண்டே பாய்ந்தோடும்."

சாம்புவிற்கு ஒன்றுமே புரிபடவில்லை. அதற்குள் சத்யோத்தியாவின் அழகு வீதிகள் அவன் கவனத்தைக் கவர்ந்து விட்டன. விதேசத்தில் வாழும் அவன் மனம் – எத்தனை தடவை தலைநகரத்தின் பனிக்கால கோலாகலத்தை நினைத்து ஏங்கியிருக்கிறது! மளமளவென்று – சத்யோத்தியா அவன் கண்முன் தோன்றி மறைந்தது.

ரகுதர்சன சவுக்கம், எதிரிலே ஆதித்திய மாளிகையின் வில் மண்டபம், பக்கத்தில் கனத்த மந்திரியாலயக் கோபுரங்கள்; அருகே வட்டமான ஜனசபை பிராகாரங்கள். பனிமூடிய காலைசூரிய வெளிச்சத்தில் இவை ஒரு சுவப்பன உலகம் போலச் சித்திரவிளக்கங்கள் காட்டின.

வால்மீகி மார்க்கம்! சத்யோத்தியாவின் பிரதான வர்த்தக வீதி! வியாபாரக் கட்டிடங்களும், பாங்குகளுமாக அந்த இடம் வெகுவாக விரிந்துவிட்டிருந்தது. பிரம்மாண்ட வானளாவிய மண்டபங்கள், ஆகாயத்தில் பறந்து செல்லும் பாதைகள், தொங்கும் கடைவீதிகள், நடுநடுவே மேலும் கீழுமாக வாழும் ஜனத்திரள்; இடையிடையில் பூங்காக்களும், தடாகங்களும். கார்களின் போக்குவரத்தால் துன்பப்படாமல் ஜனங்கள் போய்வர, ஒரு கட்டிடத்திலிருந்து மற்றொரு கட்டிடத்திற்குப் பாலங்கள் அமைந்திருந்தன.

லட்சுமி இங்கே தாண்டவமாடுகிறாள் என்று எண்ணிக் கொண்டான் சாம்பு. அவன் எண்ணத்தை எதிரொலிப்பது போல ஜானகி பவனிலிருந்து தேவி துதி ஒலித்தது.

"செல்வமெட்டு மெய்தி – நின்னாற்
செம்மை யேறி வாழ்வேன்;
இல்லை என்ற கொடுமை – உலகில்
இல்லையாக வைப்பேன்..."

வர்த்தக நிலையமான ஜானகி பவனிலிருந்து வந்த இந்த கீதம் சாலையில் திரள் திரளாகப் போய்க்கொண்டிருந்த ஜனங்கள் காதில் விழாமல் இருக்கமுடியுமா? அவர்கள் ஏதோ ஒரு சக்தியால் இயங்கப்பட்டது போலப் போய்க் கொண்டிருக்கிறார்கள்! திருவின் வேட்கைதான் ஆதித்தியர்களை இப்படி உந்தித்தள்ளுகிறதோ!

அவன் உள்ளத்தை உளவு கண்டது போல ஸிம்ஹன் அப்போது சொன்னான். "பணமென்றால் நம் நாட்டவர்கள் வாயைப் பிளப்பார்கள். ஆதித்தியனும் இந்த ஆசையை வளரவிட்டிருக்கிறான்."

"திருவை அழைத்தால், அவளைச் சதா கொண்டாடிப் போற்றிக் கொண்டே இருக்க வேண்டுமே. ஆதித்தியர்களால் அத்தனை சிரமப்பட முடியுமா?"

"ஒரு சிலர் அப்படியிருந்தால் போதுமே, அவர்கள் உழைக்க உழைக்க, ஆக்கத்தொழில் வளர வளர, உற்பத்தி பெருகப் பெருக, மக்களுக்குத் தொழிலும், சிறப்பும், வாழ்வும் விளையும்."

சாம்பு தலையை அசைத்தான். 'ஆமாம். ஒரு சிலரே பூமியின் பாரத்தைத் தாங்கியாக வேண்டும். ஆனால் அந்த ஒரு சிலர் யார் யார்? யாரைக் குறித்து ஸிம்ஹன் இப்படிச் சொல்லுகிறான். சக்தி வீரர்களைத்தான் அவன் அப்படிச் சுட்டிக்காட்டியிருக்கிறான். சந்தேகமில்லை. இருந்தாலும் 'அப்படித்தானே' என்று ஸிம்ஹனை வாய்விட்டுக் கேட்க அவன் தயங்கினான்.

அப்போது அவர்கள் மிகப்பெரும் பரப்பு கொண்ட தாசரதி வட்டத்தை அடைந்தார்கள். இதை ஜனங்கள் சுலபமாகத் தாண்டிச்செல்ல பூமி அடியில் குறுக்கும் நெடுக்குமாகப் பல சுரங்க வழிகள் இருந்தன. தாசரதி வட்டத்தின் வனப்பைக் கண்டு சாம்பு 'ஹா'வென்று சத்தம் போட்டுவிட்டான்.

ஸிம்ஹன் புன்னகை செய்தான். "இன்னும் இரவு நேரத்தில் இங்கே வந்தால் தெரியும் - தீபவொளியில் ஜாலவித்தை பிரமாதமாகயிருக்கும்."

வட்டத்திற்குள் வட்டம் அணி அணியாக வகுத்துவிட்டிருந்த ஒரு மாபெரும் தோற்றம். போக்குவரத்தின் ஓசை காதைப் பிளந்தது. இத்தனைக்கும் ஹார்ன் கூவும் சப்தத்தையே ஆதித்தியர்கள் அறியமாட்டார்கள்.

அவர்கள் மேற்கே சாந்திபாக் பக்கமாகப் போனார்கள். பனிமூட்டத்தைக் கிழித்துக்கொண்டு குவியல் குவியலாகக் கட்டிடங்கள் ஆகாயத்தைத் துழாவின.

"இவை ஆதித்திய அரசு தம் உழைப்பாளிகளுக்காக ஏற்படுத்திய விடுதிகள்" என்றான் ஸிம்ஹன்.

என்ன ஆச்சரியம்! அந்த நாட்களில் சாம்பு பார்த்திருந்த 'டா'னா கட்டிடங்களும், புல் தரைகளும் எங்கே மறைந்துபோயின? புல் தரைகள் இருந்தன - வெல்வெட்டையும் தோற்கடிக்கக் கூடியவை - ஆனால் அவை தரைமட்டத்திற்குத்தானே! மற்றபடி... சாம்பு அண்ணாந்து பார்த்தான். மதர்லாந்தில் கூட... இதற்குள் வண்டி நின்றுவிட்டது. ஸிம்ஹன் அவனை ஒரு கட்டிடத்திற்குள் அழைத்துப்போனான்.

உள்ளே நுழைந்ததும் சாம்புவிற்கு மறுபடியும் பழைய நாளைய 'டா'னா கட்டிடங்கள் நினைவிற்கு வந்தன. அதெங்கே - இதெங்கே. மேஜை நாற்காலி, கண்ணாடி பீரோக்கள் - அலங்கார அமைப்பு யாவுமே ஆதித்திய நாட்டின் நவீன வாழ்வுமுறைகளை விளக்கின.

இதென்ன! அந்த நாட்களில் ஆபீஸர்கள் வாழ்ந்த மாதிரி இப்போது பாபுக்கள் இருக்க ஆரம்பித்துவிட்டார்களா! சாம்பு சட்டென்று உதட்டைக் கடித்துக்கொண்டு ஸிம்ஹனை நிமிர்ந்து பார்த்தான்.

ஸிம்ஹன் முகத்தில் பெருமிதம் பொங்கும் ஒரு புன்னகை ததும்பி நின்றது. யானைக்கு ஒரு காலமானால் பூனைக்கும் வரும். அவன் அப்படியொன்றும் சொல்லவில்லை. ஆனாலும் அவன் முகஜாடை சாம்புவிற்கு எல்லாவற்றையும் விளக்கி விட்டது.

"இதோ பார்த்தாயா தேவியின் கொலுமண்டபத்தை" என்று சொல்லி முன் அறை சுவரிலிருந்த இரண்டு சின்னக் கதவுகளைச் சறுக்கினாற்போல இருபுறமும் தள்ளிவிட்டான், ஸிம்ஹன். உடனே பூஜை அறை சாட்சாத் பரதேவதை வயதான கிழவர் ஒருவர், பட்டு உடுத்தி ஜபமாலையும் கையுமாக தேவி எதிரில் உட்கார்ந்திருந்தார். அவர் நெற்றியின் திருநீறு புதுக்கருக்குடன் சோபித்தது. ஒரு கை மாலையை உருட்டியபடி இருந்தது. மற்றொன்று குளிர்காலக் கம்பளிச் சொக்காய்க்கு மேலிருந்த பூணூலை உருவிக்கொண்டிருந்தது.

"அப்பா சற்றுநேரம் கழித்துத்தான் குளிப்பார் - பனிக்காலம் அல்லவா? நான் அப்போதே குளித்துவிட்டு பாராயணம் செய்துவிட்டேன்." பேசிக்கொண்டே ஸிம்ஹன் சாம்புவை அடுத்த அறைக்குக் கூட்டிக்கொண்டு போனான். அப்போதுதான் சாம்பு ஸிம்ஹன் நெற்றியில் மின்னிய சந்தனப் பொட்டையும் அதற்கு மேல் அகலமாகச் செம்பொறி வீசிய குங்குமத் திலகத்தையும் கவனித்தான்.

அதற்குள் ஸிம்ஹன் மனைவி அங்கே காப்பியுடன் வந்து நின்றாள். ஸிம்ஹன் அவளை அறிமுகப்படுத்தினான். உடனே அவள் யோகக்ஷேமம் விசாரிக்க ஆரம்பித்துவிட்டாள். புடவையைத் தூக்கி குசவம் செருகியதிலிருந்து, பல்வரிசை, கூந்தலின் முடிச்சுவரையில் அவள் தோற்றத்தில் அசல் வாஸ்வேச்வரத்தின் களை சொட்டிற்று. அப்பாடா - இந்த

அம்சமாவது மாறாமல் அப்படியே இருக்கிறதல்லவாயென்று நினைத்து சாம்பு பெருமூச்சு விட்டான்.

"லட்சுமி, காப்பி சூடாகயிருக்கிறதா? இவன் இதைவிடக் குளிரான தேசத்திலிருந்து வருகிறான்" என்றான் ஸிம்ஹன்.

"ஓ."

லட்சுமி! அந்தப் பெயரும் - வாஸவேச்வரத்தில் இயற்கையான கூப்பாடும் சாம்புவை அப்படியே கீழக் கோடியாத்துத் திண்ணைக்கு இழுத்துச் சென்றுவிட்டது. வெளியே சீட்டுக் கச்சேரி, அரட்டை, உள்ளே தோசை வார்க்கும் சத்தம்.

"தோசை வாக்கட்டுமா?"

சாம்புவிற்கு மூச்சுவாங்கியது. ஊரைப்பற்றிய நினைவு அலைகள் அவனைத் திக்குமுக்காட வைத்தன. "உங்கள் ஊரில் லட்சுமியைத் தவிர பெண்டுகளுக்கு வேறு பெயரே கிடையாதா?" என்று எத்தனையோ பேர்கள் அவனைக் கேட்டதுண்டு. வாஸவேச்வரர் சன்னிதியில் தவக்கோலம் பூண்டு நிற்கும் அழகு லட்சுமியிடம் அந்த ஊர்க்காரர்கள் கொண்டிருந்த பிரியத்தை அவன் அயலாருக்கு எப்படி எடுத்துச் சொல்லமுடியும்?

"தோசை வாக்கட்டுமா?" லட்சுமி மறுபடியும் வற்புறுத்தினாள்.

வேண்டாமென்று சாம்பு ஜாடை செய்தான்.

"மேனகாவைக் கூப்பிடேன்! ஊர்வசி குளித்தாய் விட்டதா? யதீஷ் எங்கே?"

லட்சுமி உள்ளே சென்றாள்; ஆனால் வாஸவேச்வரத்து எடுப்பான குரலில் அவள் "ஊர்வசி, ஊர்வசி" என்று கூப்பிட்டது, அவனுக்குக் கேட்டது. கூட புதுமையான ஒரு சங்கீதமும் ஒலித்தது. அது அவன் அறிந்த கர்நாடக சங்கீதமல்ல. சிறு அளவில் மேல்நாட்டு ஜாஸ் சங்கீதத்தை ஒத்திருந்தது. நடு நடுவே மாண்டோலீனும் கிட்டாரும் ஒலித்தன. இதுதானோ ஆதித்திய தேசத்தின் சிவசக்தி கீதம்!

அதற்குமேல் சிந்திக்க அப்போது சாம்புவிற்கு அவகாசமில்லை. அதற்குள் யதீஷ் வந்துவிட்டான். அரையில் வேட்டி, நீண்ட கை வைத்த கம்பளிப் புல் ஓவர், வாட்டசாட்டமான தேகம். அவன் கண்கள் புருபுருவென்று பளபளத்தன. யதீஷிடம் வாஸவேச்வரத்தின் இளங்காளைகளுக்குரிய அம்சமொன்று இருந்தது. சிறிதும் கூச்சமின்றி சாம்புவிடம் வார்த்தையாட ஆரம்பித்துவிட்டான். அதுவும் கீழக்கோடியாத்து அதே சவுடாலுடன். ஸிம்ஹனுக்குப் பெருமை தாங்கவில்லை.

"என்னைப்போல யதீஷ் கஷ்டப்பட வேண்டாம் - படித்து முடிந்ததும் வேலை நிச்சயம். ஓம் சக்தி கடாாட்சம்."

"என்ன படிக்கிறான்?"

"விசுத்தி கிரேடில் இஞ்சினீயர் தரம்."

ஆதித்திய நாட்டுக் கல்விமுறையின் புதிய தரங்களைச் சாம்பு அறிவான். குண்டலினி சக்தி பரீட்சைகளில் விசுத்தி என்பது மூன்றாவது ரகம். முதல் பரீட்சை மூலாதாரம். அப்புறம் வரிசையாக, மணிபுரம், விசுத்தி, சுவாதீஷ்டானம், அனாஹதம், ஆக்ஞாவென்ற பிரிவுகள். இவற்றைத் தாண்டிய பிறகே உயர்தர நிலையான சகஸ்ராரத்தை அடையலாம்.

அப்போது ஊர்வசி உள்ளே நுழைந்தாள். ஊர்வசி! சாம்பு தன் சிரிப்பை மறைக்கக் கையை வாயண்டை கொண்டு போனான். பண்டைக் கால அழகு லட்சுமிக்கு முரண்பாடாக இப்போது இவர்கள் வைக்கும் விசித்திரப் பெயர்களை நினைத்து வியந்தான். எங்கே போனாலும் வாஸ்வேச்வரத்து ஜனங்கள் சோப்பளாங்கிகளாக நிற்க மாட்டார்கள். வறட்டு கௌரவம் இருக்கலாம். அது ஆதித்திய நாட்டில், யாருக்குத்தான் இல்லை?

ஊர்வசியிடம் தோன்றக்கூடிய ஓர் அழகு அம்சங்கூட அந்தப் பெண்ணிடமில்லை. ஒல்லி. குதிரைவாலைப் போல செம்பட்டையாக நீண்ட ஒரு பின்னல் முதுகில் தொங்கிற்று. எண்ணெய்யே காணாத அந்த மயிர் புஸ~புஸ~வென்று முகமெல்லாம் புரண்டது.

"நம்ம ஊர்வசி ஸௌந்தர்யலகரீ சொல்லணும், கேட்கணும்" என்றாள் லட்சுமி.

"சக்தி கீதமும் நன்றாகப் பாடுவாள்," என்றான் ஸிம்ஹன்.

"இப்போதெல்லாம் வால்மீகியை யாரும் படிப்பதில்லை. ஊர்வசிக்கு இரண்டு பழக்கம். வால்மீகியும் வாசிப்பாள், நவீன சமஸ்கிருதமும் நன்றாகத் தெரியும்" - என்றான் யதீஷ்.

"அதனால்தான் ஆக்ஞா கிரேட் பண்ணியிருக்கும் ஊர்வசி ஒரே கிராக்கி ஆகிவிட்டாள். நவீன சமஸ்கிருதம் விஸ்தீர்ணமடைய வால்மீகி சொற்களை அதனுடன் தழுவி அமைக்க ஒரு கமிட்டி ஏற்படுத்தியிருக்கிறார்கள். அதில் இவள் வேலை பார்க்கிறாள்," என்றான் ஸிம்ஹன்.

"இந்தக் கமிட்டி அப்போதே உண்டே! இன்னுமா அவர்கள் நவீன சமஸ்கிருதத்திற்காக தினப்படி வார்த்தைகள் தேடிக் கொண்டிருக்கிறார்கள்?" என்று கேட்டான் சாம்பு.

"ஆமாம். கமிட்டிகளை ஏன் கலைக்க வேண்டும்? - நாட்டின் யுவ யுவதிகளுக்குத் தொண்டு புரிய சாதனைகள் பல வேண்டாமா?" என்றான் ஸிம்ஹன்.

ஒரு சமயம் மதர்லாந்திலிருந்த சாம்பு, ஆதித்திய நண்பன் ஒருவனுக்கு எழுதி, சில வால்மீகி சமஸ்கிருத காவியப் புத்தகங்கள் வாங்கி அனுப்புமாறு கேட்டுக்கொண்டான். அவன் பதில் எழுதினான்: "நீ ஒரு பண்டைக் காலத்துப் பித்து என்பது தெளிவாகிறது. இப்போதெல்லாம் யாராவது வால்மீகி சமஸ்கிருதம், அதுவும் காவியம் படிப்பார்களா? ஒரு சில ஆராய்ச்சிப் பண்டிதர்களே அதைச் செய்கிறார்கள், உனக்குத் தெரியாதா? நம் காலத்தில் பிரசித்தமாகயிருந்த கருணாசாகர் அச்சகமே மறைந்துவிட்டதே" இதற்கப்புறம்தான் அவன் தாய்நாட்டைப் பற்றிய நினைவைக் கொஞ்சங் கொஞ்சமாக விட்டான்.

"கலியாணத்துக்குப் பார்த்தாச்சு," என்றாள் லட்சுமி.

ஸிம்ஹன் சிரித்தான். "இன்னமும் உனக்கு அந்தக் காலத்துப் பேச்சு விடலே. இந்த சக்தித் தலைமுறையில் கலியாணத்துக்குப் பார்ப்பதென்று உண்டா? சுயம்வரம் என்பது கட்டுப்பாடு அல்லவா?"

"வரதட்சணையை அவளே சேர்த்து வெச்சிருக்கா" என்றாள் லட்சுமி.

அதுவும் பழக்கத்திலிருந்த ஒரு வார்த்தை. அதன் கருத்து, புருஷனுடன் சரிசமமாக இருக்க வேண்டிய நிலைமைக்கு அவளிடம் பொருள் இருக்கிறது, என்பதுதான். ஓம் சக்தி கடாட்சம்.

"போகிறது, ஊர்வசியின் அழகில்லாவிட்டாலும் அவளுக்கேற்ற தன்மானம் இருக்கிறது" என்று சாம்பு எண்ணிக்கொண்டான்.

ஆனால், அவன் மனதைக் கலைப்பது போல யதீஷ் சொன்னான். "இல்லாவிட்டால் கலியாணம் பதிவு ஆகாது. ரெஜிஸ்டர் செய்யும்போது வதூவரன்களுடைய சுதந்திர நிலைகளை உறுதிகூறவேண்டும்."

தம் பொருளாதார நிலைமையைப் பாதுகாக்க ஆதித்திய நாட்டார்கள் எவ்வளவு வழிகளைக் கைப்பிடித்திருக்கிறார்கள்!

ஸிம்ஹன் அவனை அங்கே தங்கவிடாமல் அடுத்த அறைக்குள் அழைத்துப்போனான். அங்கே கடைக்குட்டி மேனகா ஏதோ ஒரு பாட்டை முனகிக்கொண்டே கண்ணாடிக்கு எதிரே ஆடிக்கொண்டிருந்தாள். நல்ல கறுப்பு, உருண்டை தேகம். ஆனால், குறுகுறுப்பான கண்கள். மேனகா அல்ல, அவளுக்குத் துணையாக இருக்கும் யானைக் குட்டி என்று சாம்பு எண்ணிக் கொண்டான். அந்தக் குட்டி யானை அவனைக் கொஞ்சமும் லட்சியம் செய்யாமல் ஆடிக்கொண்டிருந்தாள். அருகிலிருந்த பெற்றோர் அதைக் கண்டு பரவசங்கொண்டு அப்படியே நின்று விட்டார்கள்.

தம் குழந்தைகளின் விளையாட்டைப் பார்த்தும் பூரிப்பது

பெற்றோருக்கு இயற்கை. ஆதித்தியர்கள் இதைக் கொஞ்சம் மிகையாகவே செய்வார்கள் என்பது சாம்புவிற்குத் தெரிந்த விஷயம். அவனுடைய பால்ய நாட்களில் தாய் தந்தையர் ஒரு வயது வரும் வரையில் குழந்தைகளுக்கு அளவில்லாத சலுகை கொடுத்தார்கள். ஆனால், ஒரு வயது வந்தவுடன் சம்பிரதாய முறைகளுக்கு அவர்களை விலங்கிட்டு எவ்வளவுக்கெவ்வளவு இடம் கொடுத்தார்களோ, அந்த அளவுக்குக் கட்டிப்போட்டு வைக்க முற்படுவார்கள். இதுபோன்ற விலங்கிலிருந்து விடுவித்துக்கொள்ளவே அவன் அப்போது முதலில் சங்காயித் கலகங்களில் கலந்துகொண்டான். அப்புறமா மதர்லாந்துக்கே குடியேறிவிட்டான்.

இப்போதைய வாழ்விலோ பெற்றோர் சுகமாக இருக்கலாம். குழந்தைகளைக் கட்டுப்பாடு செய்யும் பொறுப்பு அவர்களுக்கு இல்லை. பால்யத்தில் அவர்களின் விளையாட்டைப் பார்த்துப் பூரிக்கும் கட்டத்தை சும்மா அப்படியே நீட்டிக்கொண்டு போய், பெரியவர்கள் ஆனபிறகு கூட அவர்கள் செய்வதற்கெல்லாம் அப்படியே ஒத்துப் பாடிக் கொண்டிருக்கலாம். தண்டனை செய்யும் கட்டமே அவசியப்படாது.

அந்தச் சமயத்தில்தான் அந்தச் சிறிய டெலிவிஷன் பெட்டி சாம்பு கண்ணிற்குத் தென்பட்டது. தீப்பெட்டி அளவிலிருந்த அதை மேனகா இறுக மார்புறத் தழுவிக்கொண்டிருந்தாள். படம் காணும் முகப்பைத் தவிர மற்ற அதன் மேலெல்லாம் பச்சை, மரகதம், கோமேதகமென்று கற்கள் இழைத்திருந்தன. ஓகோ அவன் கேட்ட சங்கீதம் இதன் மூலமாகத்தான் ஒலித்ததோ!

பிறகு மனதிற்குள்ளேயே வியந்துகொண்டான். ஆதித்தியர்கள் எந்தக் கருவியையும் தம் பண்பிற்கு இசைவாகப் பழகிக் கொள்வதில் வல்லவர்கள். இதோ, இந்தப் பெண் டெலிவிஷனை ஓர் அணிகலனாக ஆக்கிக்கொண்டு விட்டாள். பூமிக்கு சுமார் 22,000 மைல்களுக்கு அப்பால் உள்ள பல வெளி நிலையங்களிலிருந்து வரும் மின்சக்தி அலைகளை ஆதித்தியர்கள் இப்படி விளையாட்டிற்கு உபயோகிக்கிறார்கள்.

பண்டைக்காலத்து மனிதனான சாம்பு, "நல்ல வேளையாக இந்த அலைசக்தி இன்னும் அளவில்லாத தூரத்திற்கு வளரவில்லை" என்று எண்ணிக்கொண்டான்.

அப்படிச் செய்ய இயலுமென்றும், அதன்பிறகு பூமியில், எந்த மனிதனும், தம்தம் சொந்த டெலிபோனில், யாரிடமானாலும் எங்கே வேணுமானாலும் பேசக்கூடுமென்றும் அவன் கேள்விப்பட்டிருந்தான். பகவானே! அதற்குப் பிறகு ஓய்வு வேணுமானால் சந்திரமண்டலத்திற்குத்தான் போகவேண்டும்.

சாம்புவும் ஸிம்ஹனும் வெயில் காய்ந்துகொண்டே பால்கனியில் உட்கார்ந்தார்கள். அது ஒருவித ஆதாரமும் அற்றது போல ஆகாயத்தைத் துழாவி நின்றது. கீழே அதிதூரத்தில் சத்யோத்தியாவின் மரஞ்செடிகள் குண்டு குண்டாகப் பச்சை மொக்குகள் போலப் பரவியிருந்தன.

"பர்மிட் கிடைக்க எப்பெப்படிப் போகவேண்டும். யார்யாரைப் பார்க்கவேண்டுமென்று நீதான் சொல்லித் தரவேண்டும்," என்று சாம்பு தான் வந்த காரியத்தைப் பற்றிப் பேச்செடுத்தான்.

"விண்ணப்பம் போட்டாய் விட்டதா?"

"ஓ... மதர்லாந்திலிருந்தே அதை சக்திவீரர் மந்திரியாலயத்திற்கு அனுப்பிவிட்டேன்."

"அங்கிருந்து அது ராணுவ மந்திரியாலயம் போகும். பின்பு அதைப் பண்பும் கோவில் பணியும் என்ற காரியாலயத்திற்கு அனுப்புவார்கள். அப்புறம்தான் அது ஆதித்தனுடைய சொந்த ஆலயத்தைச் சேரும்."

சாம்பு மலைப்படைந்தான். "எதற்காக இத்தனை காலதாமதம்? மதர்லாந்தில் அது இல்லை என்று சொல்ல வரவில்லை. ஆனாலும் இங்கே நீங்கள் இந்தச் சிவப்பு நாடாவில் சிக்குண்டு திண்டாடுவதைப் போல நான் எங்குமே கண்டதில்லை."

"சக்தி நிவாஸைச் சேர்ந்த எந்த விஷயமானாலும் அது ஒரு அல்ப விஷயமானால் கூட, கூர்ந்து கவனிக்கவேண்டுமென்பது ஆதித்தியனின் உத்தரவு."

"அப்படியானால் சக்திவீரர் மந்திரியாலயத்தில் எனக்கு ஒரு ஆபீஸரைத் தெரியும். அவனைப் போய்ப் பார்க்கட்டுமா?"

ஸிம்ஹன் அவனைப் பச்சாதாபத்துடன் பார்த்தான். "ஆபீஸர்களால் என்ன முடியும்? நாங்கள் எழுதும் நோட்டுகளைத் தானே அவர்கள் பார்க்கிறார்கள்..."

சாம்பு ஏதோ சொல்ல வாயெடுத்தான். ஸிம்ஹன் கையை உயர்த்தி அவனைத் தடுத்தான். "நீ சொல்லப்போவது எனக்குத் தெரியும். ஒருகாலத்தில் ஆபீஸர்கள் புகழ் பிரமாதமாக வழங்கிற்று என்று ஒரு கட்சி உண்டு. வீண் பிரமை. என்றைக்குமே பாபுக்கள் நோட்டு எழுதுவார்கள்; ஆபீஸர்கள் கையொப்பமிடுவார்கள். இதுதான் ரீதி."

"அப்படியானால்..."

"பேசாமல் இதை எங்கள் கையில் விட்டு விடு. பாபு வாஸு கைதேர்ந்த பேர்வழி. எந்த நிமிடத்தில் எந்த ஃபைல் எங்கே இருக்கிறது என்று துப்புக்காணுவதில் நிபுணன். அவனுடைய ஒன்றுவிட்ட மாப்பிள்ளை ராணுவ மந்திரியின் துணைக் காரியதரிசி. பிள்ளை ஆதித்தியனின் சொந்தக் காரியாலயத்தில் வேலை பார்க்கிறான்."

"இங்கே நடப்பது யாவுமே எனக்கு ஒரே புதிராக இருக்கிறது. பத்து வருஷங்களில் தேசமே எப்படி மாறிவிட்டது!"

"அதுவா? நீ ஊரைவிட்டுக் கிளம்பும்போது இருந்த குழப்பம், வேலை இல்லாத் திண்டாட்டத்தினால் வந்த கலகம். கல்லூரி இளைஞர்கள் கட்சி சேர்ந்துகொண்டு, குத்துக் கொலைக்கு அஞ்சாமல் சுற்றினார்கள். இப்போதோ ஓம் பராசக்தி கருணையால், இளைஞர்களுக்கு வேலையுண்டு, தின்னச் சோறுமுண்டு."

"குறித்த ஒரு வேலையைச் செய்துகொண்டு, குதிரைக்குக் கண்மூடி போட்டாற்போல் வாழ்வை நடத்தியபடி அவர்கள் எப்படித் திருப்தியடைகிறார்கள்?"

"நீ என் குடும்பத்தைப் பார்த்தாயே ! அவர்களைக் கண்டால் அப்படி யந்திரம்போல் வாழ்வதாகத் தோன்றுகிறதா?"

சாம்பு பதில் சொல்லாமல் கொஞ்சம் மௌனமானான். அவனைச் சிறிதளவு யோசிக்கவிட்டான், ஸிம்ஹன்.

பிறகு, "அவர்களைப் பார்த்தால், கவலையற்று, இறுக்கம், மோதல், அடக்கிவைத்த மனஸ்தாபம், வேற்றுமை, இவை ஒன்றுமில்லாமல் நிம்மதியாக வாழ்வதுபோல் தோன்றவில்லை?" என்று கேட்டான்.

"மேலுக்கு அப்படித்தான் தோன்றுகிறது... ஆனால் நிஜமாகவே... அப்படி இருக்க முடியுமா?"

"முடியும், தேவியின் அருள். ஓம் சக்தியின் கருணை... அவள் அன்பு வெள்ளம்... சாந்தத்தின் இருப்பிடம்..." சட்டென்று பிரவாகமெடுத்த அவன் சொற்கள் தடைபட்டன.

சாம்பு அவனை மலைப்புடன் விழித்துப் பார்த்தான். "நீ சொல்லுவதுபோல ஆதித்தியர் நிஜமாக அப்படியொரு சமபாவ நிலையை அடைந்திருந்தால், அதைப் பிறர் கண்டு அறிந்துகொள்ளுவதை நீங்கள் ஏன் தடுக்கிறீர்கள்?"

ஸிம்ஹன் கண்கள் மீண்டும் பனிமூடிய கண்ணாடி போல் மாறின. "போகப்போக உனக்கு எல்லாம் விளங்கும் ஓம் சக்தி கடாட்சம்" என்றான் சுருக்கமாக.

ஆபீஸர்கள் எப்படி அப்படிக் கையாலாகாதவர்களாக ஆகமுடியும்? ஸிம்ஹன் சொல்லுவது எத்தனை தூரம் நிஜமென்று ஆராய வேண்டாமா? சாம்பு தன் பழைய நண்பனான ஆபீஸர் ராம் மோகனைப் பார்ப்பது என்று தீர்மானம் பண்ணினான். ராம் மோகன் சக்தி வீரர் காரியாலயத்தில் வேலை பார்ப்பது ஒரு சௌகரியம். மதர்லாந்திலிருந்தே அவனுக்கு எழுதியிருந்தது நல்லதாய்ப் போயிற்று. முன் ஏற்பாடு இல்லாமல் ஆபீஸர்களைப் பேட்டி காண முடியாது என்பது அவனுக்குத் தெரியுமல்லவா? சாம்பு சத்யோத்தியா சிவாலயத்திற்குள் நுழைந்தான்.

பனிக்கட்டி தோய்ந்த பெட்டிக்குள் போவதுபோல் ஜில்லென்ற ஓர் உணர்வு அவன் உள்ளத்தைச் சிலிர்க்க வைத்தது. அந்த இடம் மாத்திரம் அப்படியே இருந்தது மாறவில்லை. அதே இருளுடைந்த நடைபாதைகள், நாற்காலிகளைத் தேய்த்துக் கொண்டு எழுந்து நிற்கும் சப்ராஸிகள், ஆங்காங்கே துர்கந்தம் வீசும் சிறிய சந்துகள்... இத்யாதி. பத்து வருடங்களுக்கு முன் சத்யோத்தியாவில் பத்திரிகை நிருபனாக இருந்தபோது சாம்பு இந்தத் தாழ்வாரங்களில் நிறைய நடைபோட்டிருந்தான். அதிர்ஷ்டவசமாக அன்று அவன் காத்திருக்கவேண்டி வரவில்லை. மோகன் அவனை உடனே கூப்பிட்டுவிட்டான்.

மேட்டு நெற்றி; குழிந்த கண்கள்; சுருட்டைக் குடித்துக் குடித்துக் கருகிய உதடுகள். கல்லூரியில் ராம் மோகன் முதல் தரமாகத் தேறுவது வழக்கம். ஆனால் மாண்புப் போட்டியில் அவனுக்கு இடம் கிடையாது என்பது அறிந்த விஷயமே. இருந்தாலும் இத்தனை விகாரமாகவா இருந்தான் என்று சாம்பு அவர்கள் ஒன்றுசேர்ந்திருந்த - நாள்களை நினைவுறுத்திக்கொண்டான்.

"வா, வா, உன்னைப் பார்த்து எத்தனை நாளாச்சு" என்று ராம் மோகன் அவனை செளஜன்யத்துடன் வரவேற்றான். சாம்புவிற்குக் கொஞ்சம் தைரியம் மூண்டது. தேவலை, நாம் வாஸவேச்வரத்தில் ஒன்றாக வளர்ந்ததை இவன் நினைவு வைத்துக்கொண்டிருக்கிறான் போலிருக்கிறதே!

"உன்னைக் கேட்டால் தெரியுமென்று இருந்தேன். மதர்லாந்தில் என்னைப் போன்றவர்களுக்கு உகந்த தொழில் கிடைக்க வாய்ப்பு இருக்கிறதா?"

இதென்ன! கிணறு வெட்ட பூதம் புறப்பட்டதென்பது போல, இவன் வந்த காரியமிருக்க, மோகன் எதையோ பேசுகிறானே! சாம்பு அவன் கேள்வியை சட்டை செய்யாமல் தான் சொல்ல வந்ததை வெளியிட்டான்.

ராம் மோகன் உள்ளமோ மதர்லாந்திலேயே லயித்துவிட்டது. அவன் கேள்விக்கு மேல் கேள்வி போட்டுக்கொண்டே

போனான். சாம்புவால் எதிர்நீச்சல் போட முடியவில்லை. திணறினான்.

"நீ பேசுவதைக் கேட்டால், தாய்நாட்டை விட்டுவர ஆசைப்படுகிறாய் என்றல்லவா தோன்றுகிறது."

"உனக்குள்ள தேசப்பற்று எனக்குமுண்டு. நீ அங்கே போகலாமானால் நான் ஏன் புறப்படக்கூடாது?"

"நான் புறப்படும்போது இங்கே குத்துச் சண்டை... இப்போதோ நாடு சக்தி வளம் கொண்டு..."

"உனக்குத் தெரியாது. நீ போய்விட்டாய். ஓம்சக்தி குரல் பிறக்குமுன் இங்கே நடந்த அட்டூழியங்களுக்குக் கணக்கேயில்லை. நான் அப்போது லட்சுமணபுரியிலிருந்தேன். அந்தப் பிராந்தியத்தில் சங்காயித்தவர்கள் அதிகமிருந்தார்கள். என் மகன்..." ராம் மோகன் கொஞ்சம் தயங்கினான்.

"என்ன? உன் மகன் அவர்களோடு சேர்ந்துவிட்டானா?"

"இல்லை - இல்லை. சேர்ந்துவிடுவானோவென்று அஞ்சி, அவனை மேலே படிக்க மதர்லாந்துக்கு அனுப்பிவிட்டேன். அவன் இப்போது அங்கே வேலையாக இருக்கிறான். போன வருஷம்தான் ஒரு பெண்ணைத் தேடி அவனுக்குக் கலியாணம் பண்ணிவைத்தோம். அவளும் அவனுமாக அங்கே சுகமாக இருக்கிறார்கள். வந்துவிடுங்கள், எங்களுடனேயே தங்கிவிடுங்கள் என்று அடிக்கடி எழுதுகிறார்கள்."

சாம்பு, ராம் மோகன் கண்களைச் சந்திக்க முயன்றான். முடியவில்லை. ராம் மோகன் ஒரு சிகரெட்டை எடுத்துப் பற்றவைத்தான். அப்படி அவன் செய்யும்போது அவனுடைய கொனஷ்டைகளை சாம்பு கவனித்துக்கொண்டிருந்தான். இவன் மனதில் ஏதோ இருக்கிறது. பீதியா... அவ்வித எண்ணங்களைத் தடுக்கத்தான் புகைக்கிறானா? சிகரெட்டு நண்பனைப்போல் ஆதரவு கொடுக்கும், அமைதியான சமயங்களில், மறதியில் அமிழ்ந்திருக்க உதவுமென்று அவனுக்கா தெரியாது.

"மதர்லாந்தில் முன்போல நம் தேசத்தார்களுக்கு வரவேற்பு இல்லை. ஆதித்தியர் நல்ல உழைப்பாளிகள் என்று முன்பு இருந்த நல்ல பெயர் போய் இப்போதெல்லாம் அவர்களைச் சோம்பேறிகள் என்று தள்ளுகிறார்கள். இது அவ்வூர்க்காரர்கள் போடும் வீண் விதண்டாவாதமில்லை. நம்மவர்களை ஏதோ ஒன்று சோர்வுறச் செய்கிறது. இந்தச் சக்திவளம் கொண்ட நாட்டில் ஏன் இப்படியொரு தூங்கு மூஞ்சித்தனம்?"

ராம் மோகன் தோட்களைக் குலுக்கிக்கொண்டானே ஒழிய பதில் பேசவில்லை. சுருட்டை மாத்திரம் உறிஞ்சினான். சிறிது நேரத்திற்கு அங்கே மௌனம் நிலவியது.

"எனக்கு வேண்டிய சக்தி நிவாஸ் பர்மிட்டைப்பற்றி நீ ஏதாவது செய்யமுடியுமா?" சாம்பு அவனை நேராகத் தாக்கினான்.

தன்னைப் பாதுகாத்துக்கொள்ளும் முறையில் மோகன் சொன்னான். "பர்மிட் கொடுக்க வேண்டிய பொறுப்பு ஆதித்தனுடைய சொந்தக் காரியாலயத்தைச் சேர்ந்தது."

"இருந்தாலும் அப்ளிகேஷனை உங்கள் மந்திரியா லயத்திற்குத்தானே அனுப்பவேண்டும்?"

"ரொம்ப சரி. அது இங்கே வந்து பரிசீலனை செய்யப் பட்டுத்தான் அங்கே அனுப்பப்படும். நீ விண்ணப்பத்தை அனுப்பிவிட்டாயா?"

"ஓ - எஸ். மதர்லாந்திலிருந்தே அதைச் செய்துவிட்டேன்."

இதற்குமேல் ஆட்சேபணைகள் சொல்ல அவனுக்குத் தெரியவில்லை. "அப்படியானால் பாபு ராஜேந்திரனை விட்டு விஷயத்தைக் கவனிக்கச் சொல்லுகிறேன். ஃபைல்களைப் புரட்டுவதில் அவன் ஒரு சூரன். கணக்குப் புலி வேறு. என் பெண்ணுக்கு முதல் முதல் அவன்தான் கணக்குச் சொல்லிக் கொடுத்தான். இப்போது அவளும் சூரப்புலியாக மாறிவிட்டாள். விகாகோ பல்கலைக்கழகத்தில் பி.எச்.டி. வாங்கிவிட்டாள். கலியாணம் பண்ணிவைத்தேன். ஒரு குழந்தை கூட இருக்கிறது.

அதை என் மனைவியிடம் விட்டு விட்டு அவள் மதர்லாந்தில் வேலை பார்க்கிறாள்."

"கணவன்?"

"அவன் என்னைப்போல இங்கே ராணுவ மந்திரியாலயத்தில் அகப்பட்டுக்கொண்டு தவிக்கிறான்."

"அதுதானோ உன்னை மதர்லாந்து பாசம் இழுக்கிறது?"

ராம்மோகன் தலையை ஆட்டினான். ஆனால் அதிலிருந்து சாம்புவிற்கு ஒன்றும் அர்த்தமாகவில்லை.

"அப்போது பாபு ராஜேந்திரனைக் கண்டு என் காரியத்தைத் தெளிவுபடுத்திக்கொள்ளட்டுமா?"

"நீ போ – நான் பார்த்துக் கொள்ளுகிறேன்."

"நானே நேராகப் போய் அவனிடம் விஷயத்தை எடுத்துச் சொல்லுகிறேனே."

"அதொன்றும் வேண்டாம்" மோகன் குரலில் ஒரு சிறு சிணுக்கம் கண்டது. "நான் சொல்லித்தானே அவன் எழுதப்போகிறான்? கூப்பிட்டு முன்கூட்டியே எச்சரித்து விட்டால் சுலபமாகக் காரியம் முடிந்துவிடும்."

"அப்படியா சொல்லுகிறாய்? நான் கேள்விப்பட்டது என்னமோ வேறுவிதம். பாபுக்கள் ஃபைலில் இஷ்டப்படி எழுதுவதாயும்... ஆபீஸர்களால் அவர்களை அடக்க முடியவில்லை என்றும் பேசிக்கொள்ளுகிறார்கள்."

"சே... சே சுத்த அபத்தம்" ராம்மோகன் 'இடி இடி'யென்று சிரித்தான். ஆனால் அந்தச் சிரிப்பில் ஊர்ஜிதமில்லை. இருந்தாலும் சாம்புவைப் பேசவிடாமல் அவன் மேலே தன்னைத்தானே சமாதானப்படுத்திக்கொள்ளும் ரீதியில் சொன்னான். "இணைப்பு, பிணக்கு இரண்டையும் ஒரேமாதிரியாக எடுத்துச்சொல்லி, செல்லவேண்டிய திக்கை

பாபுக்கள் சுட்டிக்காட்டிவிட்டார்களானால், பிறகு சுலபமாகத் தீர்மானம் செய்யலாம்."

"சுட்டிக்காட்ட வேண்டியது ஆபீஸர் அல்லவா? அவன்தானே தலைவன்?"

மோகன் சாம்புவைப் பார்க்காமலே பதில் சொன்னான். "அப்படிச் செய்தால் மாறுபாடாக எழுதிவிட்டான் என்று ஜனசபையில் கூச்சலிடுவார்கள். பாபுவே முறைப்படி எழுதினால்..."

"இப்போது கூடவா அவர்கள் கூச்சல் ஓயவில்லை?"

"பழக்கமாகப் போய்விட்டது."

"ஓம் சக்தி குரல் பிறந்த பிற்பாடு கட்சிக் கூட்ட வாதங்கள் அர்த்தமில்லாமல் போய்விட்டன என்றல்லவா நினைத்தேன்!"

இதற்கு அவன் நேரே பதில் சொல்லாமல் "ஆதித்தியன் ஜனசபையை அதிருப்தி செய்ய விரும்பவில்லை" என்றான்.

"புரிந்தது, தேசத்திற்கு நன்மையோ இல்லையோ... அந்த முறை அரசியல்வாதிகளுக்கு உயிர்நிலை. அவர்கள் அவ்வப்போது இரை கேட்டாலும் போடவேண்டியதுதான்!"

"நமக்கேன் பாடு? ஏதோ ஃபைலில் எழுதவேண்டும், வீடு சேரவேண்டும். ஓம் சக்தி கடாட்சம்."

சாம்பு விடைபெற்றுக்கொண்டு நடைக்கு வந்தான். சக்தியை தேவி என்று கொண்டாடும் இந்த நாட்டில் ஏன் இப்படியொரு மனச்சோர்வு! அப்போது அவன் பாபு ராஜேந்திரனைத்தான் நம்பவேண்டுமோ? அவன் குறிப்பாக எழுதிவிட்டால், ராம்மோகன் கட்டாயம் கையெழுத்துப் போட்டுவிடுவான். ஃபைல் சக்தி வீரர் காரியாலயத்திலிருந்து புறப்பட்டுவிடும். இது நிச்சயம். ஆமாம்! ஏன் இவர்கள் எல்லோருமே எதையோ நினைத்து பயப்படுவதுபோல, அடிக்கடி திருஷ்டிப் பரிகாரமாக, ஓம் சக்தி கடாட்சமென்று சொல்லிக்கொள்ளுகிறார்கள்?

எதனால் இந்த அச்சம்?

சத்யோத்தியா அர்த்தமில்லாத ஒரு தோற்றம் கொடுக்கிறதே! ஒன்றும் புரியவில்லையே! 'சூரியன் விளிம்பு'டன் தொடர்ச்சி வைத்துக் கொண்டிருக்கும் 'தேசநாடி' யாராவது இருக்காமல் போகமாட்டார்கள். அவர்களில் யாராவது புரியும்படியாக விஷயங்களை அவனுக்கு விளக்கலாம்.

இப்படி நினைத்துக்கொண்டே சாம்பு விடுவிடுவென்று வில் மண்டப நடையைக் கடந்தான். அந்தச் சமயத்தில் எதிரே வந்த எவனோ ஒருவன், அவன் மேல் மோதிக்கொள்ள, சாம்புவின் வேகம் தடைபட்டது. வீரேந்திரநாத்! 'தேசநாடி'யின் ஆசிரியர்!

"அடடா சாம்பு மாதிரி அல்லவா இருக்கிறது! நீ மதர்லாந்திலிருப்பதாக நினைத்தேன்! இங்கே எங்கே வந்தாய்?"

கும்பிடப் போன தெய்வம் குறுக்கே வந்துவிட்டது. சாம்பு தன் பழைய நண்பனை நன்றியுடன் பார்த்தான். அதே உயரமான ஒல்லி தேகம், அதே ஏளனம். அதை மறைக்கக் கண்களில் ஆழ்ந்த கருத்து கொண்ட ஒரு பார்வை.

"இங்கே எங்கேடா வந்தாய்?" அவன் சாம்பு முதுகில் ஒரு குத்து வைத்தான். "உன் பாடு சுகம். ஏகாங்கி எங்கே வேண்டுமோ திரியலாம்..." அவன் கண்களைச் சிமிட்டினான். பிறகு மறுபடியும் என்ன விசேஷமென்று கேட்டான்.

"பர்மிட்டு வாங்கிக்கொண்டு சக்தி நிவாஸுக்கும் போய்விட்டு வரலாமென்று வந்தேன்."

வீரேந்திரனின் சிரிப்பு சட்டென்று மறைந்தது. "மதர்லாந்துப் பத்திரிகைகளில் விளம்பரம் செய்யவா? எங்கள் சக்திக்கு அது தேவையில்லை" என்றான் - கண்டிப்புத் தொனியில்.

"என்ன நீ கூட இப்படி என்னிடம் சந்தேகம் கொள்ளுகிறாய்? தாய் நாட்டிற்குத் துரோகம் இழைப்பவனாகவா என்னைக் கணிக்கிறாய்?" சாம்புவின் தொனியில் ஒலித்த அந்தக்

கபடமில்லை. வீரேந்திரனை வென்றது.

"இருந்தாலும் ஒரு பத்திரிகாசிரியனின் முதல் குறி விஷயம் செய்தித்தாளுக்கு யோக்கியதையா இல்லையா என்பதுதான்."

"அப்படியே வைத்துக்கொள். இருந்தாலும் எதைச் சொல்ல வேண்டும்... எதை மறைக்க வேண்டுமென்பது கூடத் தெரியாமலா போய்விடுவான்?"

வீரேந்திரன் அவனைச் சமாதானப்படுத்தும் மாதிரியில் பேசினான். "சும்மா சொன்னேன். அது காரியமல்ல. பர்மிட் கிடைப்பது அசாத்தியம்."

"ஏன்?"

"நடக்காது."

"இப்போதுதான் ஆபீஸர் ராம்மோகனைப் பார்த்துவிட்டு வருகிறேன். எல்லாம் சௌகரியமாக நடக்குமென்பதுபோல பேசினான். பாபு ஸிம்ஹனும் அநுகூலமாகத்தான் சொன்னான்."

"பாபுக்கள் ஃபைல்களைப் புரட்டலாம், ஆபீசர்கள் ஆமோதிக்கலாம். ஆனால் உன் ஆசை பூர்த்தியாகாது. காரணம், ஆதித்தியனுக்கு, யாருக்குமே பர்மிட் கொடுப்பதில் இஷ்டமில்லை."

"அப்படியானால், அதை விநியோகம் செய்வதுபோல எதற்காக இப்படியொரு பாசாங்கு?"

"சும்மாத்தான் பூசி மெழுகுகிறார்கள். ஒரு வெளிப் பகட்டிற்காக என்று வைத்துக்கொள்ளேன்."

"அப்போது சக்தி நிலையத்தைப்பற்றியோ, சக்தி வீரர்களைப் பற்றியோ ஒருவருமே ஒன்றுமே அறிய முடியாதா?"

"ஏன் முடியாது? வாராவாரம் சக்திவீரர் மந்திரியாலயம் - 'சக்தி செய்திகள்,' என்ற பத்திகளைப் பிரசுரிக்கிறதே."

"நேரில் போய் அறிவதுபோல ஆகுமா?"

"இதென்ன பயித்தியக்கார எண்ணம்? எந்த ரகசியத்தைக் காத்தால் அவனுக்கு நன்மையோ அதை ஆதித்தியன் எங்காவது வெளியிடுவானா? நீ நாட்டை விட்டுப் போய் நாளாகிறது. உனக்கு நிலை புரிபடவில்லை. சாயங்காலமாக வீட்டிற்கு வா. சும்மா ஒரு ரோந்து அடிக்கலாம். சத்யோத்தியாவை வெட்ட வெளிச்சமாக அறிமுகப்படுத்தி வைக்கிறேன்" சிரித்துக் கொண்டே சாம்பு முதுகில் ஓங்கி அறைந்தான் நாத். பிறகு தன் விலாசம் பதிந்த ஒரு சீட்டை நீட்டிவிட்டு வந்த சுவடு தெரியாமல் நடை இருளில் மறைந்துவிட்டான்.

சாயங்காலமாக மந்திரியாலயங்களில் வேலை ஓயுமுன் சாம்பு, ஸிம்ஹானுக்கு போன் செய்தான். "விஷயம் எந்த மட்டில் இருக்கிறது? ஆதித்தினுடைய சொந்தக் காரியாலயத்தைச் சேர்ந்த அந்த வாஸுவை துணைக்கு அழைத்தாயா?" சாம்பு கேள்விகளை அடுக்கிக்கொண்டே போனான். ஸிம்ஹான் ஒரு சின்ன வெடிகுண்டைத் தூக்கிப்போட்டான். வாஸுவின் மனைவி இறந்துவிட்டாளாம். அவன் பதினைந்து நாட்களுக்கு லீவு எடுத்துக்கொண்டு வீட்டில் தங்கப்போகிறானாம்.

"பரவாயில்லை. ஃபைல் மற்ற மந்திரியாலயங்களைச் சுற்றி வருவதற்குள் வாஸு கட்டாயம் திரும்பி வந்துவிடுவான்."

"அப்போது, பதினைந்து நாட்களுக்கு என்னை சும்மா இருக்கச் சொல்லுகிறாயா?"

ஸிம்ஹான் போனில் லேசாகச் சிரித்தான். "இது ஒரு தவணையா? சாதாரணமாக ஃபைல்கள் கைமாற வருஷக் கணக்காக ஆகுமே!"

"அடாடா... ஏமாந்துபோய் இப்படியொரு தர்மசங்கடத்தில் அகப்பட்டுக்கொண்டேனே!" சாம்புவின் குரலில் ஒலித்த வேதனையைக் கேட்டு ஸிம்ஹான் பரிதாபம் கொண்டான் போலும்.

அவன் சொன்னான். "சும்மா நீ என்ன சொல்லுகிராய், பார்ப்போமென்று வேடிக்கை பண்ணினேன். வாஸுவிற்காக

எதற்குக் காத்துக்கிடக்கணும். இந்த ஸிம்ஹனால் காரியம் நடக்கிறதா இல்லையா, நீ பாரு.”

சாம்பு யோசனையுடன் போனைக் கீழே வைத்தான். ஸிம்ஹனின் கடைசி வார்த்தைகள் பாபுக்கள் இடையே உள்ள போட்டியையும், பொறாமை உணர்ச்சியையும் விளக்கிற்றே தவிர, அவனுடைய பிரச்னைகளைத் தெளிவாக்கவில்லை. அவன் கவலையுடன் வீரேந்திரநாத் கொடுத்த முகவரிச் சீட்டைக் கையில் எடுத்தான்.

வீரேந்திரநாத்துக்கு உலகமே ஒரு செப்பிடுவித்தை. எந்த விஷயத்தையுமே அவன் வினையாக எடுத்துக்கொள்ளும் வழக்கம் கிடையாது. பத்து வருடங்கள் கழிந்தும் அவன் மாறவில்லை என்று சாம்பு கண்டுகொண்டான். ஹாஸ்யமோ, விகடமோ, ஏளனமோ, சத்யோத்தியாவில் நடக்கும் சங்கதிகளை எடுத்துக்காட்ட அவனைப்போல் யாராலும் முடியாது! இப்படி நினைத்துக்கொண்டே சாம்பு அவன் வீட்டு வாசற்படி ஏறினான்.

வீரேந்திரன் மனைவி ஜனகாவைப் பார்த்தவுடன்தான் அவனுக்கு சத்யோத்தியாவில் ஏதோ நடக்கிறது என்று சந்தேகம் வந்தது. ஜனகா அடையாளமே தெரியாமல் உருமாறி இருந்தாள். முன் இருந்த சிரிப்பு, களிப்பு, வேடிக்கையெல்லாம் போய், அவள் மெலிந்து வாடியிருந்தாள்.

அவர்களுக்கு நாலு பெண்கள், சுகன்யா, சுநந்தா, சுஜாதா, சுவிரதா. மூத்தவள் அழகாயிருப்பாள்; அடுத்தவள் பாடுவாள்; சுஜாதா ஆடுவாள்; சுவிரதா இனிமையாகச் சிரிப்பாள். இப்போது அவர்கள் வீடு புடல் போட்ட பந்தலைப்போல காலி. அப்படியானால் மணம் செய்துகொண்டு...

... சாம்புவின் சந்தேகத்தைப் போக்கிவைத்தாள், ஜனகா. இல்லை... இல்லை சுகன்யா பயோ - கெமிஸ்டிரி படித்துவிட்டு விகாகோ பல்கலைக்கழகத்தில் தொண்டுபுரிகிறாள். சுநந்தா உளநூல் சாத்திரம் பழகிவிட்டு காஸ்கோவில் ஆராய்ச்சிக்கூடம்

நடத்துகிறாள். சுஜாதா டாக்டருக்குப் படித்துவிட்டு மதர்லாந்தில் தங்கிவிட்டாள். கடைக்குட்டி சுவிரதா நியூடெளனில் மானேஜ்மெண்டு பயிற்சிக் கல்லூரியில் இருக்கிறாள். ஜனகா மாத்திரம் தலை நரைத்து, சீக்கிரமாகவே கிழக்கோலம் பூண்டு, வீட்டில் உட்கார்ந்து இருந்தாள்.

வீரேந்திரனோ எதையும் சட்டை செய்யவில்லை என்பதைப்போல தத்துவ விளக்கம் செய்தான்: "பட்டிக்காட்டானைப் போல கலியாணம், கார்த்திகை, பேரன் பேத்தியென்று முறைப்படி வாழ்க்கையை நடத்தினால் தானா சந்தோஷம்? பண்டைக் காலத்துச் சம்பிரதாயங்களே வேறு. அதற்கும் இப்போது நடக்கும் வாழ்விற்கும் வெகு தூரம். என் பெண்களைப் பாரு. எத்தனை படித்துப் பட்டம் பெற்றிருக்கிறார்கள்? என்ன பண்பேறிய சுகவாழ்வு வாழ்கிறார்கள்" இத்தனையும் சொல்லிவிட்டு அவன் ஓரக் கண்ணால் ஜனகாவைப் பார்த்தான். அவள் அசைந்து கொடுப்பதாகத் தெரியவில்லை. ஒரு காலத்தில் அழகாயிருந்த அவள் முகம் சுருங்கியே இருந்தது.

வீரேந்திரன் ஏதோ திடீரென்று யோசனை வந்தவன்போல எழுந்தான். "ஜனகா சாம்புவிற்கு உன் நவீன சமையலறையைக் காட்டேன்" என்றான். அவன் குரலில் என்றுமில்லாத ஒரு கனிவு ஒலித்தது. அதைக் கேட்டதும் ஜனகா முகத்தில் அபூர்வமான ஒரு முல்லைச் சிரிப்பு பூத்தது. அவள் எழுந்து 'பின்னோடுவா' என்று அவனுக்கு சைகை செய்தவாறு உள்ளே போனாள். சாம்பு பின்தொடர்ந்தான்.

மதர்லாந்து தோற்றுவிடும்; அவ்வளவு சம்பிரமமாக அமைந்திருந்தது அவள் அடுக்களை. நவீன மோஸ்தரில் ஒரு இம்மி அளவுகூடக் குறையில்லாமல் சமைப்பதற்கு வேண்டிய நவநாகரிக சௌகரியங்களும் பற்பல விதமாகக் காட்சி அளித்தன. "இதைப் பார்த்தீர்களா - இந்த அரைக்கும் கருவியை சுஜாதா அனுப்பியிருக்கிறாள். இதோ இந்த யந்திரத்தில் வெண்ணெய் எடுக்கலாம் - சுவிரதா, அவள் போன வருஷம் வந்திருந்த போது கொண்டுவந்தாள். இதோ இருக்கும் மின்சார அடுப்பை

பற்பல விதமாக உபயோகிக்கலாம். சுகன்யா அனுப்பினது. அதை அடுப்பாகவும் வைத்துக்கொள்ளலாம், கணப்புச் சூடு தரும் கருவியாயும் உபயோகிக்கலாம். மழையிலோ - குளிரிலோ துணிகளை உலர்த்தவும் சௌகரியமாக இருக்கும்."

ஜனகா அடுக்கிக்கொண்டே போனாள். தன் பெண்கள் அனுப்பியுள்ள அவ்வழகான கருவிகளைப் பார்க்கும் போது அவர்களையே நேரில் பார்ப்பதுபோல அவள் சந்தோஷப்பட்டாள் என்று தெரிந்தது. அவள் கண்களில் அப்படியொரு பிரகாசம். வாடியிருந்த முகம் பூரித்து மலர்ந்து விட்டது. இத்தனைக்கும் அக்கருவிகள் புதுக்கருக்கு அழியாத பளபளப்புடன் துலங்கின. அவள் அவற்றை உபயோகப்படுத்தினதாகத் தெரியவில்லை.

வெளியே கிளம்பிவந்த பிறகு அவன் வீரேந்திரனிடம் அப்படியே கேட்டுவிட்டான். வீரேந்திரன் உடனே பதில் சொன்னான். "நீ அறிந்துகொள்ளவில்லையா? தன் பெண்கள் வீட்டைவிட்டுப் போனதில், அதுவும் வெளிநாடுகளுக்குப் போனதில் என் மனைவிக்கு மிகவும் வருத்தம். அதை மறந்திருக்க, அவர்கள் அனுப்பிய சாமான்கள் ஒருவாறு உதவுகின்றன. அதற்காகத்தான் அவள் அவற்றை உபயோகிப்பதில்லை. அடிக்கடி துடைத்து, பாலிஷ் போட்டு, கையில் எடுத்து அழகு பார்த்து சந்தோஷப்படுவது அவளுக்கு ஒரு பொழுதுபோக்காகப் போய்விட்டது. அவற்றைக் காணும்போது அவர்களையே பார்ப்பது போலப் பூரித்துவிடுகிறாள்."

இந்த விசித்திர மனப்பான்மையை நினைத்து, மனதிற்குள் அதைப்பற்றிச் சிந்தித்து அசைபோட்டுக் கொண்டே நடந்தான் சாம்பு. அந்த இடம், சத்யோத்தியாவின் ஓர் ஒதுக்குப்புறமான பாகம். அங்கே போக்குவரத்து அதிகமாகக் கிடையாது. நிசப்தமாக இருந்தது. இருவரும் பேசாமலே கொஞ்சநேரம் நடந்தார்கள்.

பிறகு வீரேந்திரன் தன் மனதில் தொடர்ந்து வந்த எண்ணங்களை வெளியிட்டான்.

"ஆதித்திய நாட்டில் எப்போதுமே ஆண் பெண்கள் நட்புக்கு இடையே ஒரு பிளவு உண்டு. இந்தப் பிளவு இயற்கையென்றாலும் நாம் இதை வளரவிட்டுவிட்டோம். இந்த வேற்றுமையில், பரஸ்பர உணர்வினால் உண்டாகும் ஆத்மசக்தியைப் பலப்படுத்தத் தவறிவிட்டோம். நவீன பத்தாண்டு தலைமுறையைச் சேர்ந்த என் பெண்கள் இந்த அர்த்தமில்லாத வாழ்வை வெறுத்து, வெளிநாடுகளுக்குக் கிளம்பிப் போய்விட்டார்கள்."

சாம்பு பதில் பேசாமல் மேலே சொல்லு என்பதுபோல அவனை நிமிர்ந்து பார்த்தான்.

"மொத்தமாக ஒவ்வொரு ஆணும் தன்னையறியாமலே தனக்குள் ஒரு கற்பனைப் பெண் உருவத்தைக் காண்கிறான். பெண்ணும் அப்படியே ஒரு ஆண் தோற்றத்தைக் காணுகிறாள். இந்த உருவம் யாரையும் குறித்ததல்ல. தனி ஒருவரை மனமறிந்து நினைப்பதாலும் அல்ல. இந்த உருவத்தில் நம் அகத்தின் அடித்தளத்தில் யுகயுகாந்திரமாக வளரும் நினைவுச்சாயங்கள் பதிந்திருக்கின்றன."

அர்த்தநாரித் தோற்றம். இதனுடைய பொருள் ஆணின் உண்மை விவேகமும், பகுத்தறிவும், பெண்ணின் உள்ளுணர்வுடன் சேர்ந்தால் அங்கு ஒரு அழிவில்லாத இசைவும் அமைதியுமுண்டாகுமென்பதே.

சாம்பு பேசவில்லை. நாத் தன் சட்டைப் பைகளில் கைகளைப் புதைத்துக்கொண்டே நடந்தான்.

"ஆதித்திய நாட்டில் ஆண் மனதில் யுக யுகாந்திரமாக வளர்ந்துள்ள இந்தப் பெண் உருவம், பண்டை கிராமாந்திர வாழ்க்கையில், தூண் மறைவில் நின்றுகொண்டே குடும்பத்தை ஆண்டுவந்த பெண்மணியின் சாயலை ஒத்து இருக்கும். தேவி ஓம் சக்தி விளையாடும் இந்தத் தலைமுறையில் கூட அவன், அவளை – அது மனைவியாகவோ, மகளாகவோ எப்படி இருந்தாலும் சரி – இந்த உருவத்தில் பார்க்க விரும்புகிறான். இந்தப் பெண், பூடகமான, புரிந்துகொள்ள முடியாத ஒருவிதத்

தோற்றம் கொடுக்கிறாள். அதில் குழந்தைத்தனமும், வெகுளித் தனமும் இருக்கும். கெட்டிக்காரத்தனமும் இருக்கும். ஏன் என்றால் ஆண் பழைய மரபுப்படி கையில் பணப் பையுடன், அதிகாரிபோல நடமாடப் பார்ப்பான். சடங்குகளை அவன்தான் நடத்துவது போலத் தெரியும். தீர்ப்புகளையும் அவன்தான் சொல்லுவான்போல் இருக்க வேண்டும். ஆனால், அவனுக்குப் பிடித்தமான விதத்தில் அவனைப் பிடிக்கவேண்டும். கெட்டிக்காரப் பெண் அவனுக்கு வேண்டியதை மறைமுகமாகச் செய்வாள். இவ்விதமான மனைவிக்குத்தான் அவன் அடிமைக்கு உட்படும் பாவத்தில் அவன் இருப்பான். இவ்விதமான தெளிவில்லாத ஒரு நிழலைப்போலச் சுற்றிவரும் உருவப் பெண், அவனையும் அறியாமல் அவன் மனதில் அடித் தளத்தில் மறைந்து நிற்கிறாள். இவ்விதமாக மறைமுகமாக இந்த சாகஸத்தைப் பழகத்தெரியாத என் பெண்களைப் போன்றவர்களுக்கு இங்கு இடமில்லை. அவர்கள் உற்சாகமாயும், நேராயும், தெளிவுடனும் காணப்படுகிறார் கள். ஆதித்திய ஆண் அவர்களைக் கண்டு அஞ்சுகிறான்."

சாம்பு அப்போது நடுவில் பேசினான் : "ஆண் மனதில் யுகயுகாந்திரமாக வளர்ந்துவரும் இந்தப் பெண் உருவத்தில் அவன் தாயின் சாயை இருக்குமா?"

"இருக்காமல் எப்படிப் போகும். பிறந்தவுடன் பெண் உருவத்தை அவன் அவள் மூலமாகத்தானே உணர்கிறான். தாயின் சாயை அதற்கு இருக்கக்கூடும். இல்லாமலும் இருக்கலாம். மொத்தமாக அந்த உருவம் பற்பல பெண் அம்சங்களின் தொகைக்குவியல்."

"பெண்?"

"புதுப்பெண்ணின் ஆண் உருவம் வேறு. அதன்படி இணைய நம்மூர் ஆண் இஷ்டப்படவில்லை."

"பார்த்தால் அப்படித் தெரியவில்லையே! ஆதித்திய தேசம் முன்னணியிலுள்ள புதுமோஸ்தர் நாடுகளில் ஒன்றாக விளங்குகிறது. ஆணும் பெண்ணும் சரிநிகர் சமானமாக வாழ்கிறார்கள்...."

"ரொம்பவும் சரி. வெளிப்படையாக ஆதித்திய நாட்டான் பெண்ணின் நவநாகரிகத்திற்குக் கௌரவம் அளித்திருக்கிறான். ஆனால் உள்ளூர மனதின் அடித்தளத்தில் நான் சொன்ன அந்தப் பெண் உருவம் வாழ்கிறாள்."

"பெண்ணுக்கு இவ்வித ஏக்கம் ஒன்றுமில்லையா?"

"இருக்கிறது. ஆனால் அவளுடைய ஆண் உருவத்தில் சத்தியவானுடைய தோற்றத்துடன். நவீன திரைப்படத்தில் தோன்றும் ஒரு நம்பத்தகாத கதாநாயகனும் சேர்ந்துவிடுகிறான். அதாவது வீரதீரச் செயல்களுடன் அன்பு வார்த்தைகளும் சொல்லுகிற சிறப்பு குணமும் கொண்ட சூரன் தேவை. பெண், ஆணின் அந்தரங்க உருவைக் கண்டு, பிறர் அறியாத அவன் தகுதியை உணர்ந்து, அவனுக்குப் பக்கபலம் கொடுத்தால், ஆண் தன் உண்மை ஆகிருதியை அடைவான். அப்படியே ஆணும் பெண்ணைத் தன் அந்தரங்கத்தில் வீரப் பெண்ணாகவும், புதுமைப் பெண்ணாகவும் கணித்தால்... நம்மவனோ தேகத்தை அலுங்கவிடாமல் சாய்வான நாற்காலி சுகத்தை விரும்பும் பிரபு. இப்படி ஆண் பெண் கற்பனை உருவங்களில் முரண்பாடு உண்டாகிவிட்டதால்தான் இப்போதைய நம் அந்தரங்க உலகம் இணைப்பில்லாமல் விண்டு கிடக்கிறது."

"பெண்ணின் ஆண் உருவத்தில் தகப்பனின் சாயல் பதியுமோ!"

"இருக்கலாம். குழந்தை பார்க்கும் முதல் ஆண் அவன் தான். நினைவுத் திரையில் பதிவுகள் ஏற்படாமல் இருக்காது. ஆனால், நான் முன் சொன்னபடி அது அவளை அதிகமாகப் பாதிக்காமல் இருப்பதற்கும் போதும். அவள் அகத்தின் ஆண் உருவம், அவள் பாட்டி மனதிலும், அப்பாட்டியின் பாட்டி மனதிலும் யுகயுகமாக வளர்ந்த சித்திரமென்றுதான் சொல்லி விட்டேனே!"

அந்தச் சமயத்தில் அவர்கள் ஞான - பக்தி மார்க்க பிரிவினை இடத்திற்கு வந்துவிட்டார்கள். ஜனக்கூட்டம் திரள் திரளாகப் போய்க்கொண்டிருந்தது.

"ஏங்கே போகிறார்கள், இவ்வளவு அவசரமாக?" என்று கேட்டான் சாம்பு.

"ஞான மார்க்கத்தைத் தொடர் அல்லது பக்தி மார்க்கத்தைக் கைப்பற்ற... உனக்கு எது தேவை?" என்று பரிகாசக் குரலில் கேட்டான், நாத்.

சாம்பு ஒன்றும் புரியாமல் விழித்தான்.

"ஜனரஞ்சகமான பக்தி மரபு இங்கே கூடுதல். சத்யோத்தியாவில் நாள்தோறும் மூலைக்கு மூலை தேவி சங்கீர்த்தனமும், துதிப்பாடல்களும், சிரவணக் கூட்டங்களும் நடக்கும். தேவி நாமத்தில் புரண்டோடும் ஆதித்திய நாட்டானின் மனோபாவம் எவ்விதமானது என்று உனக்கு விளங்காமல் போகாது. அதுதான் இத்தனை நேரமாக ஆண் பெண்ணின் அந்தரங்கத்திலுள்ள சூன்யத்தைப் பற்றி எடுத்துச் சொன்னேனே. அதை நீக்கி ஆன்மாவின் நிறைவைக் காண தேவியை ஸ்மரணை செய்கிறார்கள், ஜனங்கள்."

வீரேந்திரன் பேசி முடித்த அளவில் அவர்கள் காதில் "ஜய ஜய பவானி" என்ற சப்தம் ஒலித்தது. எதிரே ஒரு பிரம்மாண்ட கொட்டகை, அழகிய தூண்கள், தோரண வாயில்கள், சித்திரமேடைகள். வரிசை வரிசையாக ஜனங்கள் தியானத்தில் அமர்ந்திருந்தார்கள். சாம்பு அறிந்த ஆதித்திய நாட்டில் வயது வந்தவர்கள்தான் தெய்வமென்றும், ஆசாரமென்றும், மதச் சடங்குகள் என்றும் கொண்டாடுவார்கள். சிறியவர்கள் அவர்களை ஏசிப் பரிகாசம் செய்தவண்ணம் இருப்பார்கள்.

ஆனால் இந்த இடத்திலோ, நடுத்தர வயது கொண்டவர்களும் யுவதிகளும் அமர்ந்திருந்தார்கள். என்ன ஆச்சரியம்! தொழில் நாகரிகம் மிஞ்சிய சத்தியோத்தியாவிலா இதைக் காண்கிறான்? ஒருவேளை....

அவன் மேலே சிந்திப்பதற்குள் ஒலிபெருக்கி 'ஜய ஜய பவானி' என்ற நாம சங்கீர்த்தனத்தைத் தனிப்பட்ட முறையில் சிருஷ்டிக்க ஆரம்பித்தது.

நீயே சரணமென்று கூவி - என்றன்
நெஞ்சிற் பேருறுதி கொண்டு - அடி
தாயே!
கல்லினுக்குள் அறிவொளி காணுங்கால்
புல்லினில்வயி ரப்படை காணுங்கால்

தாழ்வு தடுக்குஞ் சதிரே சக்தி
சஞ்சலம் நீக்குந் தவமே சக்தி

எண்ணுங் காரியங்களெல்லாம் வெற்றி

அடி தாயே! உனக்கரிய துண்டோ ?

கல்லை வயிரமணியாக்கல் - செம்பைக்
கட்டித் தங்கமெனச் செய்தல்....
கூடுந்திரவியத்தின் குவைகள் - திறல்
கொள்ளுங் கோடிவகைத் தொழில்கள்....
....அன்னை
வாழி! நின்னதருள் வாழி!
ஓம் காளி! வலிய சாமுண்டி!
ஓங்காரத் தலைவி! என் இதயராணி!

வீரேந்திரன் சாம்புவைத் தொட்டு தனக்குப் பின்னால் வரும்படி சமிக்ஞை செய்துவிட்டு மேலும் கொட்டகைக் குள் நகர்ந்தான். உள்ளே மற்றுமொரு மண்டபம். ஆயிரக்கால் மண்டபத்தைப்போல் அது நூற்றுக்கணக்கான தூண்களை ஆதாரமாகக் கொண்டிருந்தது. சுவர்களின் அலங்கார ஜோடனை, ஒளி அமைப்பு இவைகள் அபரிமிதமான உணர்ச்சித் தாக்குதலுக்கு, ஓர் சூழ்நிலைபோல அமைந்திருந்தன. அதாவது வெளிச்சமுண்டு; ஆனால் நிழலளவிற்கே.

"முன் நாம் பார்த்தது சக்தி பிராகாரம். இது சக்தி மண்டபம். இதற்கும் உள்ளே இருப்பவை சக்தி கர்ப்பக் கிரகங்கள்," என்று அவன் காதிற்குள் முணுமுணுத்தான் வீரேந்திரன்.

ஒரு மேடைமேல் - அந்த மேடையில்தான் எத்தனை வர்ண ஜாலங்கள் - ஒலிபெருக்கி எதிரில் ஒரு பெண் நின்றபடி பாடிக்கொண்டிருந்தாள். பக்கவாத்திய முழக்கங்கள் எங்கிருந்து வந்தனவென்று சாம்புவிற்குத் தெரியவில்லை. அங்கே அந்தப் பெண் மாத்திரமே இருந்தாள். அவளுக்குப் பின்னால் வீசிய ஒளி அமைப்பினால் அவள் முகத்திலும், பாவத்திலும் தெய்வீகக் களை சொட்டிற்று. அவள் பட்டுப் பீதாம்பரம் உடுத்தியிருந்தாள். அந்த வஸ்திரம் பழுப்பேறிய ஒரு வெண்ணிறப் பட்டுப் பூச்சியை ஒத்திருந்தது. கரையில் தங்க அன்னப்பட்சிகள் கொஞ்சி விளையாடின. சர்வாலங்கார பூஷணியாக அவள் நின்ற காட்சி கண்கொள்ளாத ஓவியக்காட்சியாக இருந்தது.

'ஓம்சக்தி, ஓம்சக்தி - ஓம் சக்தி, ஓம்சக்தி' என்று பாடியபடியே அவள் தன் தேகத்தை விதவிதமாக வளைத்துக்கொடுத்தாள். மாண்டோலின், கிட்டார், கிளாரியோனெட், பியானோ, டிராம் போன் என்று சங்கீதக் கருவிகள் தனித்தனியாக ஆலாபனம் செய்தன. இந்தக் கற்பனையில். சிற்சில இடங்களில் ஆனந்தப் பரவசம் மிகுந்திருந்தது. ஆத்மா தேவியுடன் ஐக்கியமாகும் கட்டமோ! எல்லா வாத்தியங்களுமாகச் சேர்ந்து வாசிக்கும் போது அந்தக் கூட்டிசை சங்கீதத்திலும் ஒருவித பறக்கும் இன்பம் இருந்தது. மற்றபடி அந்த சிவசக்தி கீதம் நெளிந்தும் போயிற்று; உடைத்துக்கொண்டு ஆரவாரமும் செய்தது.

கையை சக்தி தனக்கே கருவியாக்கு - அது
சாதனைகள் யாவினையுங் கூடும்

நெஞ்சம் தாக்க வரும் வாளொாதுங்கிப் போகும்

மனம் சார்ந்திருக்கும் நல்லுறவும் தேடும்

சித்தம் சக்தியென்று வீணைதனில் பேசும் -
சக்தியென்று தாளமிட்டு முழங்கும்

மதி சஞ்சலப் பிசாசுகளைக் கலக்கும்
சக்தியுறை விடங்களை நாடும்.

அங்கே கூடியிருந்த யுவயுவதிகள் அந்த சங்கீதத்திற்குத் தகுந்தாற்போல தம் தேகங்களை வளைத்து, சுளுக்கி, குறுக்கி ஆடினார்கள். எல்லோருமே இளைஞர்கள்; மற்ற வயதினர்கள் பிராகாரத்துடன் நின்றுவிட்டார்கள் போலும்; ஆணும் பெண்ணும் ஜோடி சேர்ந்து மெய்மறந்து பக்தி வெள்ளத்தில் முழுகிப் பரவசம் கொண்டு ஆடினார்கள்.

அந்தப் பெண் தெய்வம் பாடினாள்.

மதுநமக்கு, மதுநமக்கு, மதுமனத் தொடாவியும்,
மதுநமக்கு, மாதரின்பம், மதுநமக்கு மதுவகை
மதுநமக்கு, மதுநமக்கு, மதுநமக்கு விண்ணெலாம்
மதுரமிக்க, சிவ நமக்கு, மதுவெனக் கதித்தலால்.

அவள் பாடும்போது ஆடவர்கள் மெய்மறந்து பெண்களை ஆலிங்கனம் செய்துகொண்டு ஆடினார்கள்.

அந்தப் பெண் ஒலிபெருக்கிமூலம் சொன்னாள்:

மாத ரோடு மயங்கிக் களித்தும்
மதுர நல்லிசை பாடிக் குதித்தும்
காதல் செய்தும், பெறும் பல இன்பம்
கள்ளில் இன்பம், கலைகளில் இன்பம்,
பூதலத்தினை ஆள்வதில் இன்பம்,
பொய்மை யல்லஇவ் வின்பங்க ளெல்லாம்
யாதுஞ் சக்தி இயல்பெனக் கண்டோம்,
இனைய துய்ப்பம் இதயம் மகிழ்ந்தே.

இதற்குப் பிறகு அங்கிருப்போர்கள் தம்மை மறந்து செயல்படத் துணிந்துவிடுவார்களோ என்று பயந்து சாம்பு அந்த இடத்திலிருக்க விரும்பாது, படபடவென்று வெளியே வந்தான். தெருவில் வந்ததும் கம்பத்தின் வெளிச்சத்தில் அவன் வீரேந்திரனுடைய முகத்தில் தளும்பிநின்ற ஏளனமிகுந்த புன்முறுவலைக் கவனித்தான்.

"நாற்றிசை நாடுகள் போய்வந்த நீயா இப்படிக் குழப்பம் அடைகிறாய்?" என்றான்.

சாம்புவின் கரிய முகத்தில் குப்பென்று ரத்தம் ஏறியது. "அதெல்லாம் சகஜமென்று நினைக்கிறோம். இங்கே நம் நாட்டில் – ஆண்டாண்டுகளாகப் பண்பேறிய ஆதித்திய நாட்டில்..." பேசமுடியாமல் அவன் நா குழறிவிட்டதைக் கண்டு வீரேந்திரன் சிரித்தேவிட்டான்.

"நான்தான் அப்போதே எச்சரித்துவிட்டேனே! ஆதித்திய நாட்டு ஆண், பெண்ணுருவை தேவியாகவும், தாயாகவும், மனைவியாகவும் பார்க்கிறான் என்று. அது போலவே குதிக்கும் இந்த இளைஞனை, பெண்கள், ஆண் சிங்கமாகவும் வீரனாகவும் கதாநாயகனாகவும் காண்கிறார்கள்."

"உன் மனைவியும் நீயும் இப்படியா..." சாம்பு மென்று விழுங்கினான்.

வீரேந்திரன் முகத்தின் பரிகாசக்குறி மாறவில்லை. எங்களைப் போலவும், ஸிம்ஹனைப் போலவும். நடுத்தர வயதுள்ளவர்கள், பிராகாரங்களுடன் நின்றுவிடுவோம். உள்ளே மண்டபத்திற்குள் போகும் வழக்கம் அநேகமாகக் கிடையாது. தவிர, எங்களைவிட முதிர்ந்தவர்கள் வீட்டிலிருந்தால், அவர்களுடன் தெய்வத்தை ஆராதிக்க, பழைய முறைகளையும் சடங்குகளையும் கூடவே கொண்டாடுவோம். நீ இப்போது பார்த்தது புதிய மரபு."

"இருந்தாலும் கலவிப் பிரக்ஞையை இப்படிக் கிளப்பி..." சாம்பு திணறினான்... "சக்தி நிவாஸிலும் இப்படித்தானா?"

"அது எனக்குத் தெரியாது. ஆதித்தியனைத் தவிர வேறு ஒருவருக்குமே தெரியாது என்று நினைக்கிறேன். அதனால் தான் உனக்கு பர்மிட் கிடையாது, நடக்காத காரியமென்று சொன்னேன்."

"அப்படியானால் இந்த பர்மிட் என்ற முறையை ஏன் ஏற்படுத்த வேண்டும்?"

"மக்களுக்கு ஒரு தைரியமூட்ட."

சாம்பு சிறிது நேரம் ஒன்றுமே பேசவில்லை. பிறகு நிறுத்தி நிறுத்தி நிதானமாகச் சொன்னான்: "நீ சொன்ன கடைசி வார்த்தை என்னைச் சிந்தனையில் ஆழ்த்திவிட்டது. தைரியமூட்டவென்று சொன்னாய் அல்லவா? சத்தியோத்தியாவில் எல்லோர் மனதிலும் ஒரு பயமிருக்கிறது. எதனால்?"

வீரேந்திரன் தலையை ஆட்டினான். "நம்மிடையே இப்போது உலவிவரும் லௌகீக முன்னேற்றமும், அதனாலுண்டாகும், சுகமும் ஓர் அநிச்சயமான சூழ்நிலையை உண்டாக்குகின்றன."

"ஒருவருக்கொருவர் கண்டு பயப்படுவதுபோல் அல்லவா தெரிகிறது!"

"ஆமாம். லௌகீக சுகத்திற்கு நாம் கட்டுப்பட்டுவிட்டால், பிறகு மற்றவை கூடவே வருமே."

"சொல்வது உண்மையென்றால் கூட மனிதனைப் பார்த்து மனிதன் அஞ்சவேண்டுமா?"

"இதோ பார்! இந்த தேசத்தில் தலைவர்கள் என்று யாருமே கிடையாது. ஆதித்தியன் மக்களைப் பின்பற்றி அவர்கள் மனம் கோணாமல் நடக்கப்பார்க்கிறான். மக்கள் ஆதித்தியன் இஷ்டமெப்படி என்று நினைத்துப்பார்த்து அதன்படி இருக்கப்பார்க்கிறார்கள். இந்த நிலைமையினால் உண்டாகும் உறுதியின்மையைத்தான் நீ பயமென்று கணித்திருக்கிறாய். எது சரி - எப்படிப் போவது, எங்கே போவது, யாரிடமாவது ஏதாவது சொன்னால் தன்மேல் பழி விழுந்தால்? பொறுப்பை யார் ஏற்பது? எவன் பதில் சொல்வது? புரிந்துகொண்டாயா சூழ்நிலையை?... சக்திப் பாடல்கள் இந்த பயமென்னும் பேயை அடித்து ஓட்டும். சக்தி நிவாஸ் என்ற நம்பிக்கை நம் அச்சத்தைக் கொன்று பொசுக்கிவிடும். ஓம் சக்தி கடாட்சம்!" நாத் அவனைப் பார்த்து இளித்தான்.

சாம்பு மனம் திருப்தியாகவில்லை. அவன் யோசனையுடனேயே தன் ஜாகைக்குப் போய்ச்சேர்ந்தான். விருந்தினர் கிருஹத்திற்குத் திரும்பினவனுக்கு என்ன காரணத்தாலோ வெகுநேரம் தூக்கம்

பிடிக்கவில்லை. படுக்கையில் ஏதோ முள் குத்துவதுபோல் புரண்டு படுத்தான். தண்ணென்ற பனிச்சாரல் அவன் எலும்பிற்குள் குடைந்து பாய்ந்தது. நித்திரையில் ஆழ்ந்த சத்யோத்தியா, பால் போன்ற நிலவில், வெள்ளி நகரம் போல் மிளிர்ந்தது. அதன் மக்களின் புறவாழ்க்கையில் செயல்படத் தொடங்கி இருக்கும் இந்த சக்தி மயக்கத்தின் விளக்கம் வீரேந்திரன் சொன்னது போலவா? அத்தனை சுலபமாக அதற்கு விளக்கம் சொல்லிவிடலாமா? ஸிம்ஹன் கண்ணில் அவன் கண்ட கண்ணாடிப் பார்வையின் பொருள் என்ன? எதனால் ராம்மோகன் பேசும்போது அடிக்கடி கழுத்தைத் திருப்பித் திரும்பிப் பார்க்கிறான்? இரவு முழுவதும் யோசித்து பிரச்சினை முடியாமல் கடைசியில் சோர்ந்துபோய் விடியும் சமயத்தில் அவன் தூக்கத்தில் ஆழ்ந்தான்.

2

கோணம்

நதியின் தோற்றத்தில் ஒரு மந்தம். நீர்தான் ஓடுகிறதாவென்ற ஒரு சந்தேகம். அத்தனை மெல்ல அது ஊர்ந்தது. ஒரு கட்டழுகி மெலிந்து உருத்தெரியாமல் மாறிவிட்டதுபோல அதனுடைய பிரவாகம் சிறுத்துவிட்டது. எப்படியிருந்தால் என்ன? முழங்கால் அளவிற்குள்ள அந்த நீரில் இறங்கினதும், உள்ளத்தில் ஒரு அமைதி குடிகொண்டது. நெட்டையான அவன் தேகத்தை எப்படியோ குறுக்கிக்கொண்டு வாஸ முழுகி எழுந்தான். சரயு சரயுதான். ஹிமயச் சாரலின் பனிநீர் ஜில்லென்று அவன் முதுகில் உறைத்தது. பூர்ஜபத்திர மணம் கமழும் குளிர்நீர்! அவன் உள்ளம் பூரித்தது. புத்துயிர் பெற்றுவிட்டானா? முழுகி எழுந்தான். இடுப்பில் ஈரத்துணியுடன் கட்டத்தின் படிக்கட்டுகளைக் கடந்தான். எங்கே துண்டு? கார்த்திகை மாதக் குளிரில் அவன் உடல் வெடவெடத்தது. துண்டு எங்கே? அழகு? ஓகோ! அவள்தான் போய்விட்டாளே! அவளுக்காகத்தானே இந்த முழுக்கு! சை. முன்யோசனையுடன் அதை எடுத்துப் பிழிந்து படிமேல் வைக்க வேண்டாமோ? இப்படிக் கொஞ்சங்கூட சுயபுத்தி அற்று அவன் ஆனதற்கு

அவள்தானே மூலகாரணம்? இனிமேலாவது இஷ்டப்படி...

சாஸ்திரிகள் அவசரப்படுத்தினார். அவன் மண்டபத்திற்குள் நுழைந்தான். மந்திரங்கள் - நிர்மலமான சரயுநதி தீரத்தில், அந்தக் காலை வேளையில் வேதத்தின் கோஷம் கணீரென்று ஒலித்தது. தூரே, ஆங்காங்கே ஆத்மாவின் ஒளிச்சுடரான அக்னிதேவன் சடலங்களைத் திகுதிகுவென்று அழித்துக்கொண்டிருந்தான். அங்கே ஒரு மூலையில் அழகுவின் உடலும்...

நதியோரமாக நடந்துபோய் அவர்கள் நேதா மேட்டைத் தாண்டினார்கள். மேட்டின் மேல் குரேஜியா மரங்கள். அதற்குப் பின்னால் பனிகாலத்து மென்மையான சூரியன் குடைபோல் பூத்து நின்றது ஒரு மரம். காலை - வெயிலின் பொன் நிறம், கோமளமான அதன் ரோஜா இதழ்கள் ஊடே புரையோடியது. கன்னங்கள் சிவக்க, பூத்துக் குலுங்கும் இள நங்கையைப் போல அந்த மரம்... வாஸுவின் உள்ளம் கசிந்தது. ஒரு காலத்தில் அழகுவும் இதுபோன்ற பருவமங்கையாகத்தானே இருந்தாள். சற்றுமுன் அவள் சடலத்தைத் தூக்கிப்போகும் போது ஒலித்த எம சதகம் மறுபடியும் கேட்டது. அவர்கள் காரை அடைந்தார்கள்.

தன்னறிவின்றி வாஸு, திலீபனுடன் முன்சீட்டில் ஏறிக் கொண்டான். மற்றவர்கள், சாஸ்திரிகள் உள்பட பின்னால் நெருங்கிக்கொண்டார்கள். வண்டி அங்குலீக மார்க்கம் வழியாக சத்யோத்தியாவை நோக்கிப் புறப்பட்டது. சரயுநதி மறைந்தது. ராமர் அங்குலீகத்திற்கும் அதற்கும் இடையே, இப்போது செயற்கை வனங்களும் தடாகங்களும் ரம்மியமான காட்சி அளித்தன. அந்த நாட்களில், வாஸு முதல் முதல் சத்யோத்தியா வந்தபோது, இந்த இடங்களெல்லாம் நாணற்காடுகளாக இருந்தன. காற்றில் நாணல் - அலைபாய்ந்தோடும் திறந்த மணற்பரப்பு, மோனவெளி, நாணலின் 'நொய்' என்ற குசுகுசுப்பு. இந்தச் செயற்கை வனம் விந்தைகள் நிரம்பியதாக இருக்கலாம். ஆனாலும் அது இயற்கையுடன் போட்டி போட்டு வெல்ல முடியாது. சூட்சமமான, ரகசியமான இயற்கையின் அந்த

கசியும் ஒளியைச் செயற்கையால் கொடுக்க இயலவில்லை.

இந்த வேற்றுமையினால், அவன் தோட்டத்தில் வளையவரும் போதெல்லாம் பழைய சுதந்திர இன்பத்தைப் பருக முடியாமல் தவித்தான்.

கிராமத்தை விட்டு, அதாவது வாசவேச்வரத்தை விட்டு, நகரங்களைப் பார்த்துப் போவோர்களைக் கண்டால் அழகுவுக்கு ரோசம் மேற்கரிக்கும். நாம் மாத்திரம் ஏன் இங்கே தங்க வேண்டும்? அவள் அவனைத் தூண்டினாள்.

"இந்தாருங்கோ; இப்படி திண்ணை கைத்தண்டு மேலே சாஞ்சுண்டு இருந்தா.... உருப்பட்டாற்போலத்தான்... கோடி வீட்டு சோமு சத்யோத்தியாவில் அண்டர் செக்ரெட்டிரியாக இருந்தானாம். இத்தனைக்கும் அவன் உங்களைவிட ரொம்ப ஒண்ணும் படிச்சவனில்லை. அவன் அகமுடையாள் இங்கே வரும்போதெல்லாம், என்ன பீத்து பீத்துகிறாள், தெரியுமா? அம்புட்டும் வீண் பிரதாபம் இங்கறேன்... ஏன்னா... நீங்க வேணா அத்தானுக்கு எழுதிக் கேட்டால்...?"

அழகுவின் முகம் அவன் கண்முன் நின்றது. புகைந்து கொண்டிருக்கும் அந்தச் சடலம் ஒருநாள் முற்றாத பெண்ணாக இருந்தது. அழகுவை அழகென்று சொல்ல முடியாது. ஆனால், நீண்ட கரும் விழிகளுடன் பளபளத்த மேனி கொண்டவள். இழுத்துக் கட்டினாற்போலப் பளபளக்கும் அந்த மேனியழகால் கட்டுண்டுதானே அவன்... வாஸுவின் முகம் சிவந்தது. அவள் நடக்கும் போது கப்பல் நகர்வது போலிருக்கும். இடுப்பு வளையாது. எப்படி வளையும்? அதற்கு ஒரு வளைவு இருந்தால் தானே! அழகு மெளனமாக இருந்தால் அவளுக்கு அதிருப்தி என்று அர்த்தம். ஒவ்வொரு சமயம் அவள் சிரித்துப் பேசிக் கொண்டிருந்தால் கூட அதன் ஊடே அந்த மெளனத்தில் சாயை அவனைப் பிடித்து இருத்தும்.

அவர்களுக்கு கலியாணமான புதிதில், வாஸு எப்போதுமே ஒரு சங்கோசப் பிராணி. அவன்கூட அழகுவின் அந்த வசீகரிக்கும்

சிரிப்பில் ஈடுபட்டு, அதற்குச் சொல்லவரவில்லை. அவனை இழுத்துக் கட்டி வைக்க அவள் அந்த அழுகைக் கருவியாக உபயோகித்த முறைதான் அவனை நாணமுறச் செய்தது. முதல் முதல் உரிமையுடன் பற்றிக்கொள்ளும் அந்த அதிகார தோரணையைப் பார்த்தவுடன் அவன் உள்ளம் கூசிக் குறுகி ஒளிந்துகொண்டது. அப்போது முதலே வாஸு தனக்குள் ஒடுங்கிவிட்டான். அப்புறம் வருடங்கள் ஆக ஆக அவள் சொந்தம் கொண்டாடுவது அதிகரித்துக்கொண்டே வந்தது. எதனால் என்று நினைக்கும்போது அழுகுவின் திரண்ட தோட்கள்... மேனி மெருகு ... கூந்தல் சிறப்பு ..... எல்லாம் அவன் கண்முன் பளிச்சிட்டன. என்ன இருந்தாலும் அவன், தான் என்ற ஒரு தன்மானத்தை, மிகச் சிரமப்பட்டுக் காப்பாற்றி வந்தான். அவள் கட்டாயப்படுத்தப்படுத்த அவனுள் ஏதோ ஒன்று சுருங்கிக் கொண்டே வந்தது.

"எழுந்திருங்கோன்னா - என்ன படுக்கை எப்போ பார்த்தாலும்," சொல்லுகிறாள் அல்லவா - அதற்காகவே கேட்கக்கூடாது. அவன் வேணுமென்றே ஆபீஸிலிருந்து வந்தவுடன் படுக்கையில் விழுவான்.

"என்னாப்பா, இறங்கறேளா?" திலீபன் குரலைக் கேட்டு அவன் திடுக்கிட்டான். வீடு வந்தாய்விட்டதா? அங்குலீகமார்க்கம் வழியாகச் சுற்றிவந்தால், அவர்கள் வீட்டிற்குச் சௌகரியமாக வந்து சேரலாம். வால்மீகி பாக். இந்த விஸ்தாரமான புதிய வட்டாரம் சத்யோத்தியாவின் மையப்பகுதியிலிருந்து சற்று தொலைவுதான். ஒரு கோடியில் இருந்தது. இந்த இடத்தில் ஆதித்திய அரசு பாபுக்களுக்கென்று மலைமலையாகக் கட்டிடங்கள் கட்டிக் குவித்திருந்தது. வாஸுவின் பிளாட் ஐந்தாவது மாடியில் இருந்தது. அடுக்களையைத் தாண்டும் போது வாஸுவுக்கு மறுபடியும் அழுகு நினைவு வந்தது.

அழுகுவுக்கு புதுமோஸ்தர் மின்கருவிகள் சேர்ப்பதில் மிகப் பிரியம். வாஸுவின் உதவியை நாடிவரும் பற்பல நண்பர்கள், மதர்லாந்திலிருந்தும் பாதர்லாந்திலிருந்தும் கொண்டு சேர்த்த

யந்திரங்கள் அடுக்களையை நிறைத்தன. ஆதித்திய நாட்டில் இல்லாத கருவிகளா... ஆனால் நம் நாட்டுப் பெண்களுக்கு என்னமோ வெளிநாட்டுச் சாமான்கள் மேல் அப்படியொரு மோகம். அழகு என்ன துப்புரவாக காரியம் செய்வாள்! வாஸு எண்ணிக் கொண்டான். சமைத்தாலும் அப்படியே. அவனுக்கும் சம்பிரமமாகச் சாப்பிடப் பிடிக்கும். கத்தரிக்காய் உப்பேரி, நேத்துக் கொட்டு மாவுப்பச்சடி, மிளகுக் குழம்பு, புத்துருக்கு நெய் - அவன் நாக்கை நொட்டை கொட்டிக் கொண்டு சாப்பிடுவது வழக்கம்.

குளிப்பறை நிலைக்கண்ணாடி பக்கத்தில் அவனுக்காக மின் கூஷவரக் கருவி வைக்கவேண்டுமென்று அழகுவுக்கு ஆசை. ஆனால் வாஸு கூஷவரம் செய்துகொள்ளும் பாணி தன் இஷ்டமென்று அடித்துச் சொல்லி அதை ஏற்க மறுத்து விட்டான். இப்போதுகூட, தன் உரிமையை அப்படி ஊர்ஜிதப்படுத்திக்கொண்டதை நினைத்ததும் அவன் தோட்கள் பொருமிக்கொண்டன. இனிமேல் அவன் இஷ்டம்போல...

வாஸு தனக்கென்றுள்ள சாய்மான நாற்காலியில் சாய்ந்தான். "அப்பா!" திலீபனின் மனைவி அவன் கையில் காப்பி தம்ளரைத் திணித்தாள். வாஸுவின் மனம் கொஞ்சம் தளர்ந்தது.

"திலீபனுக்கு வேலை ஆயுடுத்து. சுகுணாவும் வந்து விட்டாள். இனிமேல் தனிக்குடித்தனம் வெக்கணும்..." அழகு சொல்லிக்கொண்டே இருந்தாள்.

ஓம் சக்தி கருணையால் அரசின் தொழிற்சாலைகளிலோ, மந்திரியாலயங்களிலோ வேலைக்குக் குறைவில்லை. தகப்பனாரைப் போல திலீபனும் ஒரு மந்திரியாலயத்தின் சக்கரத்தில் சுழலவாரம்பித்தான். இதைப்பற்றி அழகுவுக்குக் கொஞ்சம் வருத்தம்தான். திலீபனும் ஆனந்தா மகனைப்போல மதர்லாந்து சென்று... பெரிய படிப்புப் படித்துவிட்டு வரவில்லையே. ஆனால் அவனுக்குக் கலியாணமானவுடன் ஏமாற்றம் மறைந்துவிட்டது.

சுகுணா மூலாதாரப் பரிட்சையுடன் நின்றுவிட்டாள். அதனால் அவளால் ஸிம்ஹன் மகளைப் போல ஒரு 'வரதட்சணை பண்டு' சேர்க்கமுடியவில்லை. இருந்தாலென்ன? அந்தக் குறைதீர அவள் தகப்பனார் கார் வாங்கவென்று திலீபனுக்கு ரொக்கமாகக் கொடுத்து விட்டார். சொந்தமாகச் சம்பாதிக்க முடியாத பெண்ணை வைத்துக்கொண்டு வேறு என்னதான் செய்வது?

அதற்கென்ன, பெண் பார்ப்பதற்குச் சுமார். ஆனால் ஜாதகப் பொருத்தம் பிரமாதமாகயிருந்தது. சுகுணாவுக்கு இப்போது சுக்கிரதசை ஆரம்பம். திலீபனோ ஆதிநாளில் வாஸு இருந்தமாதிரி இரட்டைச் சக்கிர சோப்பளாங்கியை மிதியடியால் தள்ள இஷ்டப்படவில்லை. கலியாணம் நடந்தது.

வாஸு காப்பியை உறிஞ்சினான். பிறகு முகத்தைச் சுளித்துக் கொண்டே அழகுவின் காப்பி ருசியை நினைத்துப் பார்த்துக் கொண்டான். திலீபன் மனைவியிடம் ஏதோ சொன்னான். குசுகுசுவென்று அவர்கள் பேசிக்கொண்டார்கள். பிறகு அடுத்த அறையில் எதையோ இழுக்கும் சப்தம் கேட்டது. வாஸு சிகரெட்டைப் பற்றவைத்தான். நீண்ட சுவாசத்துடன் அதன் இன்பத்தை சுகமாகப் பருகுகிறான். இனிமேல் அவன், இஷ்டப்படி புகைக்கலாம், சந்தோஷமாக இருக்கலாம். வயதானாலென்ன? இன்று பிறந்தோமென்று எண்ணினால்? சுற்றுப்பயணம் செய்யலாம். அழகு அவனை இருந்த இடத்திலேயே இருத்தி...

அவனுக்கும் பாபு வேலைக்கும் பொருத்தமே இல்லை. அவன் ஒரு கலைஞனாக இருக்கவேண்டியது. வாஸு தன் நேர்த்தியான நீண்ட விரல்களையும், கூம்பின நகங்களையும் அழகு பார்த்துக்கொண்டான். வலதுகை ஆள்காட்டி விரல் நுனியில் மஞ்சள் சாயம் – புகையிலை விஷம். சிகரெட்டிலிருந்த சாம்பல் வேட்டி மேல் விழுந்தது. அவன் அதை மெதுவாக உதறித்தள்ளினான். பிறகு திடுக்கிட்டார்போல ஆச்சரியத்துடன் நிமிர்ந்து உட்கார்ந்தான். இத்தனை வருடங்களாக அவன் அதைப்

பற்றிக் கவலைப்பட்டதே கிடையாது. மேலெல்லாம் எப்போதும் சாம்பல் உதிர்ந்து கிடக்கும். அழுகுதான் முணுமுணுத்தபடி அவன் வேட்டியைத் தட்டி உதறுவாள்.

அறைக்குள் புகுந்ததும் திலீபன், சுகுணா பேசிக்கொண்டதன் மர்மம் வாஸுவுக்கு விளங்கிவிட்டது. அழுகு படுத்திருந்த இடம் காலியாக இருந்தது. அவள் கட்டிலைக் காணவில்லை. மற்றும் அவளுடைய கண்ணாடி ஸ்டாண்டும் சாமான்களும் எடுத்து வைக்கப்பட்டிருந்தன. இரும்பு பீரோ மாத்திரமே ஓரத்தில் இருந்தது. அவன் கட்டிலை சுவரோரமாகப் போட்டிருந்தார்கள். வாஸு துண்டை எடுத்துப் படுக்கைமேல் விரித்துக்கொண்டான். பழைய வாஸவேச்வரத்தின் பழக்கம் விடவில்லை. அப்புறம் நீண்ட ஒரு சுவாசம் விட்டவாறு சுவரோடு சுவர் முகத்தைத் திருப்பிக்கொண்டான்.

"அத்தானுக்கு எழுதிக்கேட்டால்?" அவள் அத்தான் வெகு நாட்களாக சத்யோத்தியாவில் வாழ்கிறான். உயர்ந்த உத்யோகஸ்தன்.

"நமக்காக ஏதாவது சிபாரிசு செய்யாமே போவானா? கேட்டுத்தான் பார்ப்போமே!"

"உன் அத்தான் சீமைப்படிப்புப் படித்த மேதாவி. அதைப்போல நான் இருக்கமுடியுமா?"

"அது யாரு சொன்னா? அப்படி ஒண்ணும் வேண்டாமே. ஏதோ, கூடிப்போனா ஒரு செக்ஷன் ஆபீசரானால் போதுமே."

அவளுடைய நச்சரிப்பு தர்மசங்கடமாக இருந்தது. பேசாமல் சாப்பிட்டுவிட்டுத் திண்ணையோடு சீட்டாடிக்கொண்டு, கூடத்தில் படுக்கை போடுவதை விட்டு...

"நீங்க பட்டதாரியாக இருந்து என்ன பிரயோசனம்? எத்தனை பேர்கள் எம்புட்டு உயர்ந்த பதவியில்..."

அவள் வார்த்தைகள் அவன் காதில் ஈயத்தைக் காய்ச்சி ஊற்றினமாதிரி இருந்தது. இவள் என்ன அவனை

ஆண்மையற்றவன் என்று எண்ணினாளா? அவன் நறநற வென்று பற்களைக் கடித்தான். அன்று இரவு அழகு அவனிடம் அகப்பட்டுக்கொண்டு படாத பாடு பட்டாள்.

சத்யோத்தியா வந்த பிறகும் அழகுவின் நச்சரிப்பு ஓயவில்லை. லேசான வசவுச்சொற்கள் அவன் காதில் விழுந்துகொண்டே இருந்தன.

அவர்கள் வாழத்தொடங்கிய முதல் தினமே இந்தப் பிடுங்கல் ஆரம்பமாகிவிட்டது. அதை நினைத்தால் அவனுக்கு இப்போது கூடக் கூச்சமாக இருந்தது. ஒரு சிறு பெண்ணுக்கு இத்தனை துணிச்சலா - அதுவும் புக்ககம் வந்த முதல் நாளே இப்படியா மாமியாரை வாயில் அடித்துப் பேசுவாள்? அவள் தாயார் பரமசாது. கள்ளங்கபடமற்ற சுபாவம் படைத்தவள். வாய்திறவாமல் உழைப்பாள்; பொறுமையில் பூமிதேவி. அவளிடம் போய் அழகு... "எல்லாம் நீங்க கொடுக்கிற இடம். சும்மா இருங்கோ. வேணுமானால் தானாக எழுந்து அதைச் செய்யட்டும்!" அவன் தாயார் மலைத்துப்போய் விட்டாள். அவனை இறக்கிப் பேசியதைக்கூட அவன் சட்டை செய்யவில்லை. அவன் தாயை உதாசீனம் செய்தாளே - அதுதான் அவனை உள்ளூர உறுத்தியது.

பார்ப்பதற்கு அவள் தாயார் வெகுளிபோல் காணலாம். ஆனால் துணிற்குப் பின்னால் இருந்துகொண்டே அவள் அந்தக் குடும்பத்தின் நடுநாயகமாகத் திகழ்ந்துவரும் விஷயத்தை அழகுவுக்கு எப்படி விளக்குவது? அவன் தாயார் சீதா, சாவித்திரி என்ற பெண்மணிகளின் ரகத்தைச் சேர்ந்தவள். அலுங்காமல், முகம் கோணாமல், அதிராமல், நாடோடி வாழ்க்கையை நிம்மதி ஊட்டும் வகையில் ஓட்டுகிறவள். சமயம் ஏற்பட்டால் அவர்கள் வாழ்வையே ஒரு திருப்பம் திருப்பவும் சக்தி படைத்தவள். அதையொப்பச் செய்வாள் தெரியுமா? கண்ணில் கள்ளங்கபடமற்ற குழந்தையின் பார்வை, அவனை மிருதுவாகத் தூண்டிவிடும் ஓர் அமிழ்ந்த புன்னகை. அந்த நகையில் உணர்வுக்கும் எட்டாத ஒரு மர்மம் - ஒரு மாயை. அவள் வசப்பட்டதை அவனே தெரிந்துகொள்ளமாட்டான்.

கிராமத்தில் வாழும்போது அழகுவுக்கும் அவன் தாய்க்கும் இடையே வளர்ந்துவந்த அந்த வேற்றுமை அவனை வெகுவாகத் துன்புறுத்தியது. யாருக்காகப் பரிந்து பேசுவது? பேசினால் விரசமுண்டாகிவிடுமோ? பேசாமல் இருப்பதே மேல். இந்த மௌனத்தை அழகு வேறுவிதமாக அர்த்தம் பண்ணினாள். அவனையா ஆதித்தியனின் சொந்தக் காரியாலயத்து வாசுவையா – மேனோ திடமற்றவன் என்று சொன்னாள்? இப்போது கூட அதை நினைத்துப்பார்க்கும்போது...

தாய் எதிரில், அவன் அடிக்கடி அழகுமேல் காரணமில்லாமல் எரிந்து விழுந்துகொண்டிருந்ததன் தாத்பரியம் இப்போது புலனாயிற்று. அவன் ஒரு வீரிய புருஷன் என்று அவளுக்குக் காட்டவே அப்படிச் செய்தான் போலும். தாய் இறந்த பிறகு அவன் எதிர்ப்பு குறைந்துவிட்டது.

சத்யோத்தியா! எப்படியோ அத்தான் சிபாரிசில் அவர்கள் அங்கே வந்து சேர்ந்தார்கள். அழகு வாய் ஓயாமல் அலட்டிக்கொண்டிருந்தாள். அத்தான் வீடு நடப்பதுபோல, தன் வீட்டையும் நடத்த அவள் ரொம்பப் பாடுபட்டாள். வீட்டிலுள்ளவர்களுக்கு எப்போதும் திட்டு அல்லது ஏச்சு கிடைத்தன. அவனுக்கு என்ன தெரியும்? எதற்குத் தகுதி? வேலைகூட அத்தான் பண்ணிவைத்ததுதானே...

தில்பனிடம் அவள் பேசிக்கொண்டிருந்ததை ஒருநாள் வாசு கேட்டுவிட்டான்.

"உங்கப்பனாட்டமா திட புத்தியில்லாமே ஊஞ்சலாடாதே. அவரைப்போல சோம்பல் முறிச்சிண்டு பிறர் கையைப் பார்த்தபடி... பயந்து பயந்து செத்துண்டு..."

ஸ்திரபுத்தி இல்லாதவனா அவன்? நிரட்சரகுட்சியான இவளுக்கு என்ன புரியும்? அலகு குத்தக் குத்தத் தெரியும். அபத்தபட்டம் கொடுக்கத் தெரியும். அவனா பயந்தாங்கொள்ளி?

ஆபீஸில் இவன் நடத்தும் வீரதீரச் செயல்களைப்பற்றி அவளுக்கு என்ன தெரியும்? பைல் மூலாந்திரமாக இவன் எல்லோரையும் வெருட்டி அடிப்பதையும், அண்டர் செக்ரெட்டிரி, செக்ரெட்டி, மந்திரி யாவருமே இவன் சொல்லுக்கு பயப்படுவதையும், இவள் எப்படி உணர்வாள்? அவன் எதற்கும் சளைத்தவனில்லை. அத்துமீறிப் போகவும் மாட்டான். இருந்தாலும், கெளரவம் ஹோதா இவற்றை எல்லாம் மிகவும் கொண்டாடும் சத்யோத்தியா மந்திரியாலயங்களில் கூட, இவன் எங்கே வேண்டுமோ போகலாம், யாரிடம் வேண்டுமானாலும் பேசலாம். ஆதித்தியன் காரியாலயத்து வாஸ~ என்றால் நண்பர்கள் வஜ்ரப்பசையாக ஒட்டிக்கொள்வார்களே! அழகு! மூஞ்சியும் முகறையும்! இவள் என்னத்தைக் கண்டாள்!

அவனுடைய நோட்டுகள் தகர்க்க முடியாதவை. அதுவும் ஓம்சக்தி அதிகாரம் வந்த பிறகு அவனுடைய கெளரவம் அதிகமாகியிருந்தது. அவன் எழுதுவதைத் தட்டியோ, திருப்பியோ, கலைத்தோ எழுத மந்திரிகள் - ஏன் ஆதித்தியனே தயங்கினான். அப்படியிருக்க அழகு மாத்திரம்... எதற்காக அவன் பயந்து சாவதாகக் கூச்சலிடுகிறாள்?

கசப்பு மேலிட்டு, உள்ளூர ஊறும் தன் துவர்ப்பை அவன் எத்தனையோ தரம் பைலில் காட்டியிருக்கிறான். தடைகள் போடுவதில் அவனுக்கு ஒரு தனி உற்சாகம். பிறகு 'பாபு பாபு' என்று எல்லோரும் அவனை நாடி - இறைஞ்சிக் கேட்கும் போது... மந்திரிகளும், செக்ரெட்டிரிகளும் அவனுக்குச் சொல்லி அனுப்பி, "இந்தச் சங்கதியை... இப்படிக் கொஞ்சம் லேசாகத் திருப்பி..." என்று, அவனை சரிக்கட்டப்பார்த்திருக்கிறார்கள். எத்தனையோ தடவை ஜனசபையில் பாபு ஆராய்ந்து பைலில் எழுதினபடி மேலதிகாரி விஷயத்தை நடத்தவில்லை என்று புகார்கள் கிளம்பியிருக்கின்றன.

அதற்கென்ன, பகிரங்கமாக அவன் பெயரை அவர்கள் குறிக்கவில்லை. அது ஜனநாயக சமுதாயத்தில் வழக்கமில்லை. இருந்தாலும், முற்போக்குப் பாதையில் நடைபோடும்

ஆதித்திய நாட்டில், வாஸுவைப் போலுள்ளவர்கள்தாம் வருமானத்தில் உண்டாகும் ஏற்றத் தாழ்வுகளை ஜனங்களுக்குச் சுட்டிக்காட்டுகிறார்கள். இதை அறிந்தே ஜனசபையோர் அவனைப் பெருமைப்படுத்துகிறார்கள் என்பதில் சந்தேகமேயில்லை.

ஆதித்தியனைப் பற்றியோ கேட்கவேண்டியதே இல்லை. சுருக்கெழுத்துப் பேப்பருடன் வாஸு, முன்னே போய் உட்கார்ந்தால்தான் அவனுக்கு வேலை ஓடும். டிக்டேட் செய்யும்போது அடிக்கடி வாஸுவை அவன் யோசனை கேட்பான். அவனும் தைரியமாக, ஆனால் மரியாதையுடன், அவனை எதிர்த்து எத்தனையோ தவணை பேசியிருக்கிறான். எவ்வளவோ முறைகள் அவன் யோசனைகளைக் கேட்டுவிட்டு ஆதித்தியன் சபாஷ் என்று கரகோஷம் செய்திருக்கிறான்.

இப்படிச் செய்யலாமா, அப்படிச் செய்யலாமா - இது முறைக்கு விரோதமாகுமோ என்று எவ்வளவு தடவை அவன் வாஸுவை சட்ட விஷயங்களைப் பற்றியும் அரசு முறைகளைப் பற்றியும் கேட்டறிந்து வரச்சொல்லியிருக்கிறான்? இவனையா அழகு தெரியமும் தற்காப்பும் இல்லாதவன் என்று சொல்லி வந்தாள்? சகட்டுமேனிக்கு அவன் பைலில் அஞ்சாமல் குறித்துவரும் விஷயங்களைப் பற்றி அவளுக்கு எப்படித் தெரியும்? இருக்கட்டும். அவள் சொல்லுகிறாள் அல்லவா .... அதற்காகவே அவள் இஷ்டப்படி இணங்கக்கூடாது. அவன் தன் அகத்தை மேலும் இறுக்கிக்கொண்டான்.

ஐப்பசி பிறந்ததும் இங்கே பற்பல விழா கொண்டாட்டங்கள் தொடங்கும். தலைநகரிலுள்ள கலைக்கழகங்களுக்குக் கணக்கே கிடையாது. பாடகர்கள், ஓவியர்கள், சிற்பிகள் என்று கலைஞர்கள் கூட்டம் பெருக்கெடுக்கும். "வருகிறாயா? பவானிதாஸ் வீட்டிற்குப் போனால் எல்லாவற்றையும் பார்க்கலாம்" என்றான் வீரேந்திரன்.

சாம்புவுக்குப் பேசிப் பேசி தொண்டை உலர்ந்திருந்தது. அப்போதுதான் அவன் சிவாலயம் சென்று திரும்பியிருந்தான்.

வியர்த்தமான விவாதங்களைத் திரும்பத் திரும்பச் சொல்லி அலுத்திருந்தான்.

"பைல்களைப் பற்றி வீண் ஆர்ப்பாட்டங்களும் பிரதாபங்களும் பேசாத இடமானால் தான் வரத் தயார்," என்று அவன் கசப்புடன் பதில் சொன்னான்.

வீரேந்திரன் சிரித்தான்.

சாம்புவுக்குக் கோபம் பற்றிக்கொண்டு எரிந்தது. "முக்கியமான காரியத்தையொட்டி ஒரு ஆபீஸரைப் பேட்டி காணப்போனால் அவன், ஓம் சக்தி கடாட்சம் இருந்தால் நடக்குமென்றா பதில் கூறுவான்?"

"நீ விடாக்கண்டனாக இருக்கிறாய். அவனுக்கு அவன் கவலை. யார் கண்டது, இரவில் அவனுக்கு என்னென்ன சுவப்பனமோ! பர்மிட்டைப்பற்றி மந்திரி கடிந்துகொள்வது போலக் கனவு கண்டானோ என்னமோ!"

அவர்கள் காரில் ஏறிக்கொண்டு சத்யோத்தியாவின் மற்றொரு எல்லைக்குப் போனார்கள். வால்மீகி பாக்கைத் தாண்டிப் போகும் போது வீரேந்திரன் அதை சாம்புவுக்குச் சுட்டிக்காட்டினான்.

"வெவ்வேறான மனப்பான்மை கொண்ட இவ்விரண்டு தரத்தினர்களும் அடுத்தடுத்து வாழ்கிறார்கள்" என்று சிரித்தான்.

எப்படி என்று கேட்பது போல சாம்பு அவனை நிமிர்ந்து பார்த்தான்.

"பவானிதாஸ் ஒரு களத்த தொழிலதிபர். உற்பத்தி வளர்ச்சியினால் ஆதித்திய நாட்டின் செல்வம் கொழிப்பதற்கு இவனைப்போலுள்ளவர்கள்தாம் பொறுப்பாளி. இவனுடைய இன்றைய கூட்டத்திற்கு 'கந்தர்வ விருந்து' என்று பெயர். இசைவாகத்தானே இருக்கிறது. குபேரனுடைய கலைக்கூட்டத்தைச் சேர்ந்தவர்கள் கந்தர்வர்கள். வால்மீகி

பாக்கின் உணர்வு நோக்கமோ இக் குபேரர்களின் ஏற்றத் தாழ்வுகளை அலசிப்பார்ப்பது.

இதற்குள் அவர்கள் வால்மீகி பாக்கைத் தாண்டி, உத்தர ராமேச்வரம் வழியாக அலகா நகரை அடைந்தார்கள். பவானிதாஸின் மாளிகை ரத்னக் கம்பளத்தின் மீது காலை ஊன்றியவுடன், அது உள்ளே அமுங்கிற்று. அங்கே அலங்கார ஜோடனை பிரமாதமாக இருந்தது. ஆனால் வீரேந்திரன் அவனை அந்த இடத்தில் நிற்க அனுமதிக்கவில்லை. விடுவிடுவென்று தோட்டத்திற்குத் துரத்திக்கொண்டு போனான். விஸ்தாரமான அந்தப் பூங்காவிற்கு நடுவே ஒரு கண்ணாடி மண்டபம். அது வட்டமான ஒரு பிரம்மாண்ட சபை, நடுக்கூரை பருப்புத் தேங்காய்க் கூட்டைப்போல உயர்ந்திருந்தது. அதனுடைய மகத்தான வட்டத்திலிருந்து பேரொளிமயமான ஒரு கிளை விளக்கு தொங்கிற்று.

படிகம் போன்ற கூரான தொங்கட்டங்கள் நட்சத்திரங்கள்போல பிரகாசித்தன. சுவரே கிடையாதோ என்று மலைக்கும்படி அத்தனை கண்ணாடி, சன்னல்கள். மண்டபத்திற்குள் ஏறினதும், அது ஒரு பூந்தோட்டமோ என்ற பிரமையுண்டாகும் வண்ணம் ஓர் அமைப்பு. மரஞ்செடி, கொடிகள் இடையே எத்தனையோ மேடைகள், மன்றங்கள்.

ஒரு இடத்தில் மேடைமேல் ஓர் அம்மாள் பாடிக் கொண்டிருந்தாள். ஓம் சக்தி துதிகளில் ஒரு பாணி. அவள், 'உஜ்ஜயினி நித்திய கல்யாணி' என்பதை ஹிந்தோள் ராகத்தில் குழைவுடன் இழைத்துக்கொண்டிருந்தாள். அப்பாடா! மாண்டலீன் கிட்டார் என்று ஒரு துணையுமில்லாமல் கர்நாடக சங்கீதம் காதில் ஒலித்ததும், சாம்புவுக்கு ஆனந்தம் தாங்கவில்லை. தம்பூராவின் ரீங்காரம் அவன் உள்ளத்தில் நாதவெள்ளத்தை நிரப்பியது. அங்கு சுற்றுமுற்றும் இருந்தவர்கள் சின்னஞ்சிறு கூட்டங்களாகக் கீதம் கேட்டபடியோ, மதுபானம் செய்தபடியே, தண்டில் சாய்ந்து கொண்டு சீட்டாடிக்கொண்டோ இருந்தார்கள். சிலர் மிருதுவான குரலில் முனகிக்கொண்டிருந்தோர்கள். மற்றும் சிலர் சற்றுத் தொலைவில்

சென்று கிசுகிசுவென்று பேசிக்கொண்டிருந்தார்கள்.

சங்கீதம் முடிந்ததும் வீரேந்திரன் சாம்புவை பவானி தாஸுக்கு அறிமுகப்படுத்தினான். அவன் ஒரு பருமனான மனிதன். முகத்தில் தசைகள் தொங்கத் தொங்க ஆடின. சிரித்தால் வயிறும் சேர்ந்து குதிக்கும். டெஸ்டிக் தம்ளரிலிருந்து அவன் பானத்தை உறிஞ்சும்போது அது சிந்திக் கடைவாய் இடையே வழிந்தோடிற்று. இன்ப உணர்ச்சிகளுக்கு அவன் அதிகமாக இடங்கொடுத்துவிட்டானா? பவானிதாஸ் விலகிப் போனான்.

சாம்பு நினைத்துக்கொண்டான். மனிதன் சாப்பிடும்போதும், குடிக்கும்போதும் காட்டும் பக்குவமான நாகரிகத்திலிருந்து, அவனுடைய பண்பு புலனாகும்.

அவன் எண்ணங்களைக் கண்டுகொண்டவன்போல வீரேந்திரன் அவன் காதில் மிருதுவாகச் சொன்னான். "பவானிதாஸ் ரசிகனல்ல, ஒரு ரசிகனுக்கு வேண்டிய சூழ்நிலையை ஏற்படுத்தப்பட்டவன்."

இரு பாடகர்கள் அவர்களுடன் வந்து சேர்ந்து கொண்டார்கள். "அடுத்த மாதம் சிகாகோவில் ஸர்வதேச மகாநாட்டில் சக்தி கீதம் பாட ஒரு வித்வான் தேவை, பார்த்து அனுப்பு, என்று மதர்லாந்து நண்பன் ஒருவன் பவானிதாஸுக்கு எழுதியிருக்கிறான். அவ்வளவுதான் அம்மாள் வலைவீச ஆரம்பித்துவிட்டாள்."

"ஏன் உன்னைத் தேர்ந்தெடுக்கவில்லையா?" வீரேந்திரன் ஒரு குறும்புடன் கேட்டான்.

"நான் ஒரு வீணை வித்வான். அவர்களுக்கு வேண்டியது தேவி கீதம்."

மற்றொருவன் சொன்னான்: "எனக்கென்னமோ மேலை நாட்டில் நம் சமய சன்மார்க்கப் பாடல்களை ரசிக்கிறார்கள் என்றால், நம்பிக்கை உண்டாகவில்லை."

"அதையேன் கேட்கிறாய்? சக்தி புகழ், சக்தி திருப்புகழ், மஹாசக்தி பஞ்சகம் எல்லாவற்றையும் அவர்கள் சாலையோடு

ஓதிக்கொண்டு புறப்படுகிறார்களாம்," என்றான் சாம்புவின் நண்பன். பிறகு கடைக்கண்ணால் அவனைக் குறும்புடன் பார்த்தான்.

இதற்குள் நீண்ட கைச் சொக்காய், கம்பளி மேலங்கி, பைஜாமா இவைகளை அணிந்த ஒரு யுவன் அங்கே தோன்றினான். "கேட்டீர்களா – உஜ்ஜயினீ நித்திய கல்யாணியாம். கேட்டால் அழுது வழிகிறது. சதங்கை, ஊதல், கிளாரியோநேட் ஒன்றுமில்லாமல் என்ன சக்திப் பாடல் வேண்டிக்கிடக்கிறது. உற்சாகமே இல்லாமலா தேவியைத் துதிப்பார்கள்?"

மற்றுமொரு யுவன் அவனுடன் சேர்ந்துகொண்டான். "போடா போ. அவள் நம் பண்டை சங்கீதக் கலையைப் பழகியவள். எந்த விஷயத்தை எடுத்தாலும் நம் மூத்தோர்கள் அதைக் கணித சாத்திரத்தைப் போல வகுத்துவிடுவார்கள். சங்கீதத்தையும் அப்படியே செய்து, ராகங்கள் என்ற பிரிவினைகளை வெவ்வேறு வகையில் மாற்றி மாற்றி அமைத்து, பல வகையில் இணைத்தும் சேர்த்தும் மாற்றி அமைத்து, பலவகையில் இணைத்தும் சேர்ந்த மிக்க ரஞ்சிதமான கலையொன்று உருவாயிற்று. ஆனால் கட்டுப்பாடுகள் நிரம்பின கலையில் எப்படி உற்சாகம் இருக்க முடியும்? கிளார்ச்சியே உண்டாகாதே! இந்தச் சக்தி தலை முறையில் நமக்கு வேண்டியது எழுச்சி, மோதல் ஆரவாரம், ஜயகோஷம். அதில்லாத நாதம் ஒலிக்குமா?"

அந்தச் சமயத்தில் துர்க்காவே பக்கத்தில் வந்து விட்டாள். மற்றவர்கள் நகர்ந்து போனார்கள். மேடைமேல் மற்றொரு பாடகன் ஏறி உட்கார்ந்தான். வீரேந்திரன் துர்க்காதேவியை சாம்புவுக்கு அறிமுகப்படுத்தினான். பிறகு பாடகனைப்பற்றியும் விவரம் கூறினான். "இவன் பெயர்போன ஒரு கர்நாடக வித்வான். நல்ல கச்சிதமாகப் பாடுவான். ராக பாவ லய லட்சணங்கள் எப்படி இருக்க வேண்டுமோ, அப்படிக் குழைத்து ஊட்டுவான்."

துர்க்கா லேசாகச் சிரித்தாள். நடுத்தர வயது. கொண்டையில் பூ; அரையில் பட்டுப் புடவை; விலையுயர்ந்த ஆபரணங்கள்.

அவளைக் கண்டால் ஆதித்திய நாட்டிற்கென்றே உரிய மரபை ஒட்டிக்கொண்டவள்போலத் தோன்றினாள். ஆனால் அவள் சொன்னது:

"ரொம்ப சரி. மிகப்பெரும் வித்வான்தான். இருந்தாலும், அளவுக்கு மீறி இப்படிக் குழைத்துக்கொண்டு போனால்? அமிர்தமாக இருந்தால் கூட மிதமிஞ்சிவிடக் கூடாதல்லவா?" அவள் பதிலுக்குக் காத்திராமல் அங்கிருந்து போய்விட்டாள். .

அவள் பின்புறமாக நின்றிருந்த ஒருவன், "சிவ சிவ. அபசாரம். தன் குருவைப்பற்றியா இப்படிப் பேசுகிறது?" என்று அங்கலாய்த்துக் கொண்டான்.

"குரு, சிஷ்ய பரம்பரை, இதெல்லாம் விட்டுப்போய் ரொம்ப நாட்கள் ஆகிவிட்டன," என்றான் வீரேந்திரன்.

வீரேந்திரன் சாம்புவை அழைத்துக்கொண்டு சுற்றிவந்தான். பவானிதாஸிடம் ஒருவன் பேசிக்கொண்டிருந்தான். அவர்கள் காதில் அவன் சொல்வது விழுந்தது. "நீ வீட்டைக் காண்பித்துவிட்டாய். அதை அடைய வழிகாட்டவில்லையே! எனக்கு ராப்பகலாகத் தூக்கமில்லை."

பவானி அவர்களைக் கண்டுங்கூட தயங்காமல் அவனுக்குப் பதில் சொன்னான்: "நாளை மத்தியானமே வந்து உன் மனம் குளிர விஷயத்தை முடித்து வைக்கிறேன்."

அந்த வித்வான், அவன் ஒரு வித்வான்தான் சந்தேகமில்லை, அவர்களைத் திரும்பிப் பார்த்தான். "எனக்கு பவானி சொல்வது வேத வாக்கு. அவன் எது செய்தாலும் திருப்திதான்," என்று சொல்லிவிட்டுப் போய்விட்டான்.

"குறுந்தோட்டம் குரு குலகுரு மகா மேதை. பிரமாத வித்வான். அத்துடன் தேவி பக்தன் வேறு. கிருகஸ்தாச்ரமத்தை மிகக் கண்டிப்பாக நடத்துபவன்," என்று சுருக்கமாக விவரத்தைச் சொன்னான் பவானிதாஸ்.

"எதற்காக இந்தப் பீடிகை எல்லாம்?" வீரேந்திரநாத் உதட்டோரமாக முறுவலித்தான். "வந்தவன் குடும்பஸ்தன்.

பெண்ணிற்குக் கலியாணம், பிள்ளைக்கு வீடு என்று உன்னிடம், யாசிக்க எத்தனையோ இருக்கும்."

"வீணாகச் சொல்லாதே. அவன் பெண் ஸ்வாதிஷ்டான கட்டத்தைத் தாண்டிவிட்டாள். பிள்ளை ஆக்ஞா கிரேட் கொடுத்துவிட்டான்..."

"ஸ்வரஞானம்தான் இல்லை போலும்." வீரேந்திரன் பரிகாசமாக பவானிதாஸ் முதுகைத் தட்டினான்.

"சங்கீத வித்வான்களென்று பெயர். இவர்கள் சங்கீதத்தைப் பற்றியே பேசுவது கிடையாது," என்று அலுத்துக்கொண்டான் சாம்பு.

"சரி வா. தன் ஓவியத்தைப்பற்றியே பேசும் ஒரு ஓவியனிடம் அழைத்துப்போகிறேன்."

அத்தருணத்தில் மேடையிலிருந்து இன்பலயமான கானம் ஆரம்பமாயிற்று.

"ஸகி ஹே கேசி மதன முதாரம்..." காம்போஜி. அதன் முழக்கம் பிரம்மாண்டமான அந்த விசித்திரக் கூரைக்கு ஏறி அங்கே எதிரொலித்தது. பிறகு உடைப்பெடுத்தாற்போல புரண்டு சலசலவென்று ஓடிற்று. சாம்புவின் உள்ளம் பூரித்தது. பாடகனோ அநாயாசமாக சங்கீதவெள்ளத்தை அங்குமிங்கும் பாயச் செய்தான். அணைகட்டுவது, சிறு சிறு உற்பத்தி அருவிகளைக் கிளை பாய விடுவது, பிறகு ஒன்றுசேர்த்து மற்றொரு திக்கில் சுரக்கவிடுவது, ஒரு வீழ்ச்சியை அப்படியே வற்றவைப்பது, மற்றொன்றை திடுமென்று பாய்ச்சி ஆயிரம் நீர்த்துளிகளாகச் சிதற அடிப்பது. "இவன் யாரெ" ன்று ஆவலுடன் கேட்டான், சாம்பு.

"மேட்டூர் மீனாட்சி சுந்தரம். கண் தெரியாது, காதும் கேட்காது. பவானிதாஸால் அவனுக்கு ஆகவேண்டிய காரியம் எதுவுமில்லை." வீரேந்திரன் குறும்புத்தனமாகப் பதில் சொன்னான். "அவ்வப்போது கொஞ்சம் அசல் சங்கீதமும் வேண்டாமா?"

சிறிது தொலைவிலிருந்த ஒரு கூட்டத்தை நோக்கி நடந்தான் வீரேந்திரன். அவர்கள் விலகினதும் சங்கீதத்தின் ஒலியும் குறைந்துகொண்டு வந்தது. "இதென்ன" என்று சாம்பு திரும்பிப்பார்த்தான்.

"இது பவானிதாஸின் ஒரு தந்திரம். மண்டபத்தின் ஒரு பகுதியில் நடப்பது மற்றும் ஒரு பகுதிக்குக் காது கேட்கா வண்ணம், அவன் சில கருவிகளை இங்கே சுவர்களில் ரகசியமாகப் புதைத்திருக்கிறான். இவ்விதமாக இந்த இடத்தின் மாய உலகத் தோற்றத்தை சதா நம் கண்முன் நிறுத்திப் பார்க்க ஆசைப்படுகிறான், அவன். இதோ பார்த்தாயா? தூரே பாடகன் பாடுவது கண்ணிற்குத் தெரிகிறது, ஆனால் காதிற்கு எட்டவில்லை..."

"என்னா, வீரேந்திரநாத்..." என்று அவன் முதுகில் ஒரு 'ஷொட்டு' விட்டான் ஒரு இளைஞன்.

"இவன் பார்ப்பதற்குச் சின்னவனாக இருந்தாலும் ஓவியத்தில் திறம் பெற்றவன். இதைப் பார்த்தாயா?" என்று நாத் சாம்புவைக் கேட்டான்.

அப்போதுதான் அவர்கள் இருந்த இடத்தின் அமைப்பு ஒரு தாழ்வாரம் போன்ற அடைப்பு என்று சாம்பு கவனித்தான். இங்கே நாலாபக்கமும் அடைத்து நிற்பது சுவர்களா, ஓவியங்களா? கண்களை உருட்டி உருட்டிப் பார்த்தான், சாம்பு. என்ன திவ்யரூபங்கள் ! "இதென்ன? முற்போக்கில் வேட்கை கொண்ட நம்மவர், இந்தத் தத்ரூப பாணியை எப்போதோ விட்டு விட்டார்கள் என்றல்லவா எண்ணினேன்?"

"கருவிகள் உற்பத்தி, புதிய சோதனைகள், இவற்றைப் பொறுத்தவரையில் மேல் நாடுகளுடன் போட்டி போட வேண்டியதுதான். ஆனால் கலை உணர்வு, வாழ்வின் உயர்ந்த சித்தாந்தங்களைக் குறிக்கின்றது. அது நம் அடிமனத்தின் உயிர்நிலைகளில் கலந்து ஓடும் இழை."

"ஆனால் நீ வரைந்துள்ள படங்கள்..." கூச்சம் அவனை மேலே

பேசவிடாமல் தடுத்தது.

"ஓம் சக்தி பெண்ணுருவமாகத்தானே நம்முன் வாழ்கிறாள்? பெண்ணின் அழகில் நாம் அவளுடைய திவ்ய லாவண்யத்தைப் பார்க்கிறோம். அதன் மூலமாகவே அவளைப் போற்றுகிறோம். நம் மரபின் கொள்கை, ரத்தத்தில் ஊறிய பண்பு, நம்பிக்கை இவற்றைக் கொண்டுதானே நம்முடைய கலைகள் வளர வேண்டும். முட்டாள்தனமாக சும்மா நிறங்களை அட்டையில் தாறுமாறுமாகக் கொட்டிவிட்டு, "இதோ பாருங்கள், இதைக் கவனியுங்கள்," என்று பின்னோடு வந்து விளக்கம் கூறுவதில் என்ன பயம்? கலை என்றால் அடிமனத்தைத் தொடும் இன்ப உணர்வு இருக்கவேண்டாமா?"

சாம்பு சொன்னான்: "அப்போது கலையில் இன்ப உணர்வைத் தவிர வேறு நோக்கம் தேவையில்லையா?"

"எது நம் அந்தரங்கத்தைத் தொட்டு அதை உன்னதமான புனித நிலைமைக்குக் கொண்டுவருகிறதோ, அதுவே கலையுணர்வு. ஜயதேவர் கிருதியைக் கேட்டாய் அல்லவா?"

வீரேந்திரன் சிரித்தான். "நீ மதர்லாந்தில் ரொம்ப வருஷங்கள் இருந்துவிட்டாய். உனக்கு பீசென்ஸ்கி வழிதான் பிடித்தமோ? சண்டியின் கொள்கையே வேறு. ஓம் சக்தியிடம் நாம் கொண்டிருக்கும் பக்தியை, கீதத்திலும், ஓவியத்திலும் தத்ரூபமாகக் காட்டாவிட்டால் எப்படி?" அவன் சண்டிதாஸை, நான் சொல்வது சரிதானே' என்பது போல குறிப்புடன் பார்த்தான்.

சண்டி தலையை ஆட்டினான். "சக்தியை ஸ்மரிக்க, சக்தி தனக்கே நம் எல்லாவற்றையும் கருவியாக்கவேண்டுமென்று பாமரனுக்கு உணர்த்த வேண்டுமானால் ஜனரஞ்சகமான பாணி இதுவே. சக்தி பெண்மை உருவம். அதைப் போற்றினால் அவளைப் போற்றுவது போல... இந்தப் பாணி..."

சண்டிதாஸ் என்னவெல்லாமோ சொன்னான். அது ஒன்றும் சாம்பு காதில் ஏறவில்லை. அவன் தன் எதிரில் தெரிந்த

மடந்தைகளை - அழகு சுந்தரிகளை - எடைபோட்டுக் கொண்டிருந்தான். மொழுமொழுவென்று சந்தனக்கட்டை போல மிளிர்ந்த தேகங்கள். கொழுகொழுவென்ற வெண்ணெய் மேனிகள். பூரித்துப் பொங்கி வழியும் அங்கமைப்பு கூம்பி நிற்கும் மார்பகம்; கண்களின் அழைப்பு; இடுப்பின் குழைவு; அழகு கொஞ்சம் புன்சிரிப்பு. அப்பப்பா! என்ன ருசி! பால் உணர்வைக் கெல்லி எழுப்பிப் பொங்கவைக்கும் பாணியில் கைதேர்ந்தவன் சண்டிதாஸ்.

"ஒரே திரையில் ஒவ்வாத பல கோணங்களைக் காட்டும் ஒரு புகைப்படத்தை ஒத்து பவானிதாஸின் கந்தர்வ விருந்து," என்று வீரேந்திரன் சொல்லும்போதே ஒரு கண்ணாடி அடைப்பிற்குப் பின்னால் சில காட்சிகள் தோன்றின.

"சத்யோத்தியா உயர்தர சமூக வாழ்வு" என்று வீரேந்திரன் சுருக்கமாகச் சொல்லி முடித்தான்.

நடுத்தர வயது கொண்டவர்கள் காரியத்தில் கவனமாக இருந்த சமயங்களில் சாம்பு அவர்களைப் பார்த்திருக்கிறான். மந்திரிகள், ராஜ தந்திரிகள், விஞ்ஞானிகள், ஆபீஸர்கள்; இப்போது மதுவின் லாகிரியில் முழுகி... ஆ.. இதென்ன? அவனுக்கு மிகவும் தெரிந்த ஒருவன்; அறுபதுக்கும் மேற்பட்ட வயதுடையவன், ஒரு பெண்ணின் எதிரில் தாறுமாறாகக் கைகால்களை வளைக்கிறான்?

அந்தப் பெண் ஒருவித சாகசப் புன்னகையுடன் அவன் செய்கையைத் தனக்கொரு அன்பளிப்பென ஏற்றுக்கொண்டாள். அவன் கையைத் தன் முகத்துடன் சேர்த்துக்கொள்கிறாள். ஐயோ!... வறண்ட சிவாலய உத்யோகஸ்தன் உள்ளத்தில் விரிசல் கண்டுவிட்டதே! சாம்புவுக்குத்தான் என்னவோபோலிருந்தது. நறுக்கென்று வேறு பக்கமாகத் திரும்பிக்கொண்டான்.

அவர்கள் வெளியே வந்தார்கள். அப்போது அந்தக் கண்ணாடி குளோபின் மற்றொரு பகுதியில் நடக்கும் நடனக் கச்சேரி அவர்களுக்குத் தெளிவாகத் தென்பட்டது. ஆயிரம் சூரியன்

அலசும் வெளிச்சத்தில், ஒரு பெண் ஆடிக்கொண்டிருந்தாள்.

'அபிநய சுந்தரி,' என்று வீரேந்திரன் நா முணுமுணுத்தது. சாம்புவுக்குத் திணறல் எடுத்தது.

"இது அபிநய சுந்தரியின் தனிவழி - மேல்நாட்டு 'பாலே' நடனத்தை முற்றும் பயின்று அதை நாட்டியத்துடன் இணைத்து, சக்தி கீதத்துடன் கலந்து..." சாம்புவுக்கு அவன் சொல்வது ஒன்றுமே காதில் விழவில்லை. மறுபடியும் தான் ஒரு கனவுலகில் அமிழ்வதையே உணர்ந்தான். அதாவது சங்கீதத்தின் ஒலியோ, சதங்கையின் சப்தமோ கேட்காது, நடனத்தை, மாயையை உணர்ந்தான்.

அன்று இரவு சாம்புவுக்கு உறக்கம் கொள்ளவில்லை. படுக்கையில் புரண்டான். அரைத்தூக்கத்தில் என்னவெல்லாமோ கனாக்கள். நித்திரைக் கண்களில் அந் நாட்டான் மன ஆழத்தில் துலங்கும் அசாதாரணச் சிறப்பு உலகம் தோன்றித் தோன்றி மறைந்து, ஆதித்திய நாட்டானை அந்த திவ்ய உலகத்திற்கு இட்டுச் சென்றதைப் போல, அவனையும் அழைத்துச் சென்றது கனவு

உச்... சாம்புவுக்கு வியர்த்துவிட்டது. தூக்கம் கலைந்தவனாக படுக்கையில் எழுந்து உட்கார்ந்தான். ஒரு கோணத்திலிருந்து பார்த்தால், அவன் தேசத்தானின் நெஞ்சு மூடித் திறந்துவிட்டது எனலாம். உலகத்திலுள்ள எந்தக் கருத்தையும் அவன் ஏற்கத் தயாரென்று சொல்லலாம். ஆனால் எல்லாவிதச் செயல்பாடுகளையும் கட்டி நிற்கிறது ஒன்று. அதுதான் 'ஓம் சக்தி', 'ஓம் சக்தி' என்னும் ஸ்மரணை. எதனால் இப்படி? அதைக் கண்டுபிடிக்கத்தானே அவன் இத்தனை தூரம் வந்திருக்கிறான்?

இளைய தலைமுறைகளுக்கு தம் ஜீவனாம்சத்தைப் பற்றிய கவலை இல்லை. அதை ஓம் சக்தி பார்த்துக்கொள்கிறாள். நாடு முற்போக்குடையதாக, தொழில் நாகரிகப் பண்பில் ஊறி இருக்கிறது. கருவிகள் உற்பத்தி, சாதனைகள், சோதனைகள் ஒன்றிலும் குறைவில்லை. இருந்தாலும் எல்லாவற்றுக்கும்

அடியில் தேங்கி நிற்கும் இந்த மந்த உணர்வை அவனால் கவனிக்க முடியவில்லை. அந்தரங்கத்தில் ஆதித்திய நாட்டான் உள்ளம் நத்தையின் அகத்தைப் போலக் கொளகொளத்து, நடுக்கமெடுத்திருக்கிறது. ஓம் சக்திப் பாராயணம் செய்துதான் அதைக் கட்டுப்படுத்த முயலுகிறான். தன் பாவ வினைகளை மறக்கவே, அவன் தேவியின் மாயையில் முழுகுகிறான். சாம்பு அமைதியற்ற தூக்கத்தில் உழன்றான்.

வாஸு சுவருடன் முகத்தைப் புதைத்தபடி படுத்திருந்தான். கனவில் பற்பல தோற்றங்கள். அவன் தாயார் – அழகு – கலியாணமான தினத்தன்று அவள் முகம் – அவன் அவமானம், எல்லாம் திரைப்படங்கள் போலத் தோன்றி மறைந்தன. விவரமாக ஒன்றுமே புலப்படவில்லை. சரியாகக் கூடாத டெலிவிஷன் படங்களைப் போல மங்கலாகவும், பூத உருவமாகவும் மாறி மாறி, சுருண்டு சுருண்டு மறைந்தன. கனவில் அவன் அவற்றைத் தெளிவாகக் காண சிரமப்பட்டான்.

பளபளவென்று வெளிச்சம் ஏறும் சமயத்தில் ஏதோ ஒரு குரல் கேட்டது. யார்? அழகுவா?

"என்ன படுக்கை அறுபது நாழியும்! அழகுவின் குரலில் கண்டிப்பு ஒலித்தது. அவன் கிரேஸியின் முறுவலை நினைத்துப் பார்த்துக்கொண்டான். அதில் ஒரு ரகசியம். ஆமாம் அம்மாவின் அதே பாணி. சிறுவயதில் அவன் தாயார் அவனிடம் கொடுத்த அதே பரிவை இப்போது அவள் காட்டினாள். அவனுடைய சாமர்த்தியத்தை மெச்சினாள். இச்சகம் அவனுக்கு மிகவும் பிடித்தமானது என்று அழகு சொல்லுவாள். அப்படியா நினைத்தாள்? மனதிற்கு இதமாகப் பேசினால் அது இச்சகமா? "உங்களை முகஸ்துதி செய்ய முடியாது," என்பாள் அவள் அழுத்தமாக.

ஆலயத்தில் அவனுடன் வேலை செய்யும் கிரேஸி சொல்லுவதெல்லாம் அவனுக்குச் சரியாகப்பட்டது. எத்தனையோ

சிக்கலான விஷயங்களை அவன் திறமையுடன் கணிப்பதை அவள் அருகிலிருந்து பார்த்திருக்கிறாள். எத்தனையோ இக்கட்டான நிலைமைகளை அவன் சாதுர்யமாகச் சமாளிப்பதைக் கண்டிருக்கிறாள். கிரேஸி அவன் தகுதியை உணர்ந்தவள்; அருமை தெரிந்தவள். அழகு மாதிரி இல்லை.

ஸிம்ஹன் ஒவ்வொரு சமயம் அழகுவிடம் சொல்லுவான். "வீட்டில் வாஸு இருப்பதைப் பார்த்து நீ அவனைக் கணித்துவிடாதே. ஆபீஸில் வேறு வாஸுவாக்கும்."

"அதேன் அப்படி? நான் என்ன பாபம் பண்ணினேன்?"

"பாபமல்ல - புண்ணியம். நீ அம்புட்டையும் ஏத்துண்டிருக்காய் அல்லவா? அவனுக்கென்ன, கொடுத்து வெச்சவன்."

"பின்னே அவம்மா மாதிரி கபடமற்றவள், 'சாது' என்று வேஷம் போடணுமா?"

வாஸு தூக்கத்தில் நெளிந்துகொடுத்தான். தன் தாயைவிட அழகு சாமர்த்தியசாலி என்பதைப்பற்றி உள்ளூர அவனுக்கு எரிச்சலிருந்தது என்னமோ நிஜம்.

கிரேஸியையும் அழகு அடிக்கடி இறக்கிப் பேசுவாள். அவன் கிரேஸியை எப்படி நினைக்காமல் இருக்க முடியும்? அவளுடைய ரகசியப் புன்னகை ஒன்றில் எவ்வளவு அனுதாபம் தொக்கி நிற்கும். இவளோ வீடு வந்தவுடன் வெசவு சொற்களால் அர்ச்சனை செய்வாள். ஆபீஸில் அவன் அறையில் எப்போதும் கும்பல். அவனை நாடி வருவோர்களுக்குக் கணக்கே இல்லை. எவ்வளவோ பேர்களுக்கு உதவியிருக்கிறான். எத்தனையோ சிபாரிசுகள் செய்திருக்கிறான். எத்தனை பேட்டிகள்! அவன் வேலை செய்வதைப் பார்த்து அவனை எடைபோட்டவள் கிரேஸி.

ஜானகியிடம் ஒருவிதமான உள் ஒளிந்த, சிரிப்புண்டு. அம்மாவுடையதைப்போல அதே அமிழ்ந்த புன்னகை! ஆனால் அழகுவுக்கு ஏனோ தன் ஓரகத்தியைப் பிடிப்பதில்லை.

கபடமுள்ளவள், தந்திரக்காரி, என்றெல்லாம் அவளைப் பழிப்பாள். அதுவும் சென்ற இரண்டாவது வருடம் அவன் தாயார் படுத்த படுக்கையாக இருந்தபோது ஜானகி செய்த சிசுருஷைகளை அழகு மதிக்கவே இல்லை. "நான் செய்யாததை இவள் என்ன செய்துவிட்டாள்" என்பது போலப் பேசினாள். அதுவுமில்லாமல் ஈமக் கடன்களைப் பழுதற நடத்த அவள் முன்வந்ததும் அதைப்பற்றி உதாசீனமாகப் பேசினாள். அதொன்றுமில்லை. ஜானகி வாஸுவிடம் வாஞ்சை காட்டி, அவனைத் தூக்கிவைத்துப் பேசிவிட்டாள். அவனும் ஜானகி நல்ல பெண் என்று சொல்லிவிட்டான். அழகு அதைப் பொறுப்பாளா?

"அப்பா எழுந்திருக்கிறேளா? நேத்து முழுவதும் சாப்பிடவே இல்லையே!" இப்போதுதான் வாஸுவுக்கு அது யார் குரல் என்று புரிந்தது. அழகுவுடைய குரலைப் போலவே இருந்தது. அவன் பெண் ரேணுகாதான் கூப்பிடுகிறாள்.

"அம்மா இருந்தா எத்தனை வருத்தப்படுவாள்!" வாஸு சுவரைவிட்டுத் திரும்பவில்லை, கண்களையும் திறக்கவில்லை. மனதிற்குள் மாத்திரம் சிரித்துக்கொண்டான். உயிருடன் இருக்கும்போது தாயை உதாசீனம் செய்த மகளா இப்படிப் பேசுகிறாள்? இருந்தாலும் அழகு விட்டுக்கொடுக்கமாட்டாள். வாஸவேச்வரத்தில் பெண்ணைப் பேணுவது முறை. ரேணுகா எப்படியிருந்தாலும் அழகு அவள் வீட்டிற்குப் போய்வருவாள். அவளும் வெட்கமில்லாமல் தாய் கொடுக்கும் சலுகையை ஏற்றுக்கொண்டு அவள் முன்னாலேயே அவளை குற்றங்குறை கூறுவாள். திலீபன் குறைகளையும் எடுத்துக்காட்டுவாள். தாயைப் போலில்லாமல் வாழ்க்கையை வேறு பாதையில் நடத்த வேண்டுமென்று உறுதி கொண்டவள் ரேணுகா. புறவாழ்வைப் பொறுத்தவரையில் அதைச் செய்தும் காட்டிவிட்டாள். ஆனால் வழிவழியாக ரத்தத்தில் ஊறிவரும் குணத்தை அவளால் மாற்ற முடியவில்லை. அவள் நாளுக்கு நாள் அழகுவைப்போலவே ஆகிவந்தாள். இரைந்து சத்தம் போட்டாள்; பிறர் பிழைகளை எடுத்துக் காட்டி ஏசினாள். எல்லோரையும் கண்டித்தாள்.

திலீபனை அழகு தாங்கினாள். அவன் ஏதோ பிரமாதமாகச் சாதித்துவிடப் போவதாகக் கனவு கண்டாள். அழகு சொல்லுவது போல் வாஸு, வெளிக்கு உறுதியற்றவன் மாதிரி தெரியலாம். ஆனால் உள்ளூர உரம் கொண்டவன். ஆமாம், அவனுக்கு உரமுண்டு. ஆனால் திலீபனோ அம்மா பிள்ளை. எதற்கும் அம்மாவைக் கேட்க வேண்டுமென்பான். ஆனால் அழகுவோ அவன் ஏதோ பிரமாதமாகச் சாதித்துவிடப்போவதாக நினைத்தாள்.

அவன் பாடு சுகம். வாஸுவைப் போல அத்தான் அம்மான் என்று சிபாரிசுக்குத் தேடவேண்டாம். ஓம் சக்தி அதிகாரம் வந்தாலும் வந்தது. வாலிபர்களுக்கு வேலைத் திண்டாட்டம் ஓய்ந்துவிட்டது. குண்டலினி சக்தி பரிட்சைகள் எது தேறினாலும் போதும், அது மூலாதாரமாக இருக்கட்டும், ஆக்ஞா கிரேடாக இருக்கட்டும். அந்தந்த கிரேட்படி வேலை கிடைத்துவிடும். திலீபன் அப்படியொன்றும் மேதாவியாகப் படிக்கவில்லை. விசுத்திதான் பாஸ் செய்திருந்தான். வாஸுவைப்போல கிரேட் 'பி,' வேலைதான் கிடைத்தது. 'பண்பும் கோவில் பணியும்' என்ற மந்திரியாலயத்தில் திலீபன் வேலைக்கு அமர்ந்தான். இதற்கும் அழகு, வாஸுவைத்தான் குத்திக்காட்டினாள். "யாரைக் கொண்டுவிட்டானோ! நான் என்னமோ கிராமப் பள்ளிக்குத்தான் போனேன். ஆனாலும் வகுப்பில் எப்போதும் முதல்தான்." வாஸு பழைய பி.ஏ. பரீட்சையில் மூன்றாவது வகுப்பில் தேறி இருந்தான். அழகு அதைச் சுட்டிக்காட்டுவதாக எண்ணினாள்.

திலீபனுக்கு என்னமோ தான் உயர்தரப் பதவிக்கு யோக்யதை உள்ளவன் என்ற எண்ணம். இந்தச் சக்தி தலைமுறைகளுக்கே மமதை அதிகம். அழகுவும் அதற்கு உந்தல் கொடுத்தாள். ஆயிற்று, கல்யாணமும் நடந்தது. அவனும் காரை வாங்கிக்கொண்டு சுகவாழ்வில் ஈடுபட்டான். தாயின் பராமரிப்பிலேயே சின்னப் பிள்ளையைப் போல இப்படிக் கவலையற்று வாழ்வது அவனுக்குப் பிடித்தமானதாக இருந்தது. அம்மா பிள்ளை. வெளிக்குச் சிரித்துப் பேசி வளமூட்டுவான். சவால் விட்டுப்

பேசி, உலகத்தையே வென்றுவிடுவதாகக் கொக்கரிப்பான். ஆனால் ஏதாவது நெருக்கடி உண்டானால்...

"அப்பா!" இது நாட்டுப் பெண் சுகுணாவின் குரல். வாஸு கொஞ்சம் நெளிந்துகொடுத்தான். சுகுணா சாதுப்பெண். ஆனால் தில்பனுக்கு விட்டுக்கொடுக்கும் சுபாவம் உடையவள். வாஸுவைப்போல் தன் வாழ்க்கைத் துணையை எதிர்த்துப் போராட அவளிடம் உறுதி கிடையாது. புருஷன் கையில் மண்ணாகக் குழைவாள். அவனும் அவளை மயங்குறச் செய்ய அடிக்கடி சிரித்து வளமூட்டுவான். அவன் சொல்வதெல் லாம் அவளுக்குப் பிடித்ததோ பிடிக்கவில்லையோ, அவளால் அவனைத் தடுத்துப்பேச முடியாது. இருந்தாலும் சுகுணா நல்ல பெண். அவன் குரல் கொடுத்தான்.

"என்னம்மா எழுந்திரு, எழுந்திருன்னு என்னைத் தொந்தரவு செய்ய உன் மாமியார்தான் இல்லையே என்று நிம்மதியா வந்து படுத்தேன். நீ ஏது இப்படித் தொல்லை செய்கிறாய்? அவளுமில்லை, நான் தொடர்ச்சியாகத் தூங்கப் போறேன்." அவன் சுவர் பக்கமாக முகத்தைத் திருப்பியபடியே பேசினான்.

இதுவரையில் பதிலே சொல்லாமல் இருந்தவன் பேசிவிட்டானே என்ற தைரியத்தில் சுகுணா சற்று நேரம் அங்கே நின்று, அவனை வற்புறுத்திப் பார்த்தாள். ஆனால் அதற்கப்புறம் அவன் பேசவே இல்லை. சுகுணா போய்விட்டாள்.

நல்லவேளை! அழகு, சுகுணாவை நன்றாக நடத்தி வந்தாள். தில்பன் அவளிடம் நல்ல அபிப்பிராயம் கொள்ள வேண்டுமென்றுதான் அப்படிச் செய்திருப்பாள். அது போதாதென்று நாட்டுப் பெண்ணிற்கு நல்ல போதனையும் கொடுப்பாள். "சோம்பேறித்தனம் அதிகமாப் போச்சு! தகப்பனாட்டமா..." இதுபோன்ற சொற்களை தில்பன் கேட்டால் அதை சிகரெட்டுப் புகையைப் போல ஊதித் தள்ளிவிடுவான். மனம்போனபடி அவன் பாட்டுக்கு சிகரெட்டு ஊதவும் செய்வான். "என்ன படுக்கை" என்று கடிந்துகொள்ளும் அழகு குரல், தில்பனைத் திட்டும்போது அவளையும் அறியாமல் குழைந்துவிடும்.

மாமியார் சிட்சையோ என்னமோ, சுகுணாகூட வாய்திறந்து ஒருதரம் வாஸுவிடம் சொன்னாள்: "உங்கள் பிள்ளையும் உங்களைப்போல்தான் - எல்லாம் ஒரே ரத்தம்தானே!" தலையணை உறையைக் கவிழ்த்துப்போடுகிற மாதிரி வெளிக்கு மாத்திரம் திலீபனிடம் ஒரு மாற்றுத் தோற்றம். சுருட்டை சுருட்டையாகக் கூந்தல்; பளிச்சிட்ட கண்கள். வாஸுவோ சோகை பிடித்தவனைப் போல்.....

வாஸு திரும்பிப் படுத்தான். சுகுணாவின் வார்த்தை களை அவன் புரிந்துகொள்ளவில்லையா? என்ன, தான் கையாலாகாதவன், வாழ்க்கையில் தோற்றவன், ஆனால் உள்ளுக்குள் ஒடுங்கியவன். அப்படித்தானே? திலீபன் உள்ளுக்குள் ஒடுங்காமல் வெளியே சுற்றுகிறான். வயது முதிர்ந்துவிட்ட அவனுக்குத்தான் அவர்களை அடக்கி, பண்பு முறைகளைக் கையாள ஆற்றல் இருக்கிறது. யெளவனத்தின் திருப்பத்தில் இருக்கும் திலீபன் ஓம் சக்தி மண்டப குண இயல்புகளைப் பழகாமல் இருப்பானா?

சர்க்கஸ் கூரையில் தொங்கும் குறுக்குக் கம்பிகளைத் தாவிப்பிடிக்கும் கூத்தாடியைப் போல ஒரு இளைஞன் இளமைப் பருவத்தைவிட்டு, முதிர்ச்சியை அடையும்போது விர்ரென்று பலமாகத் தாவி மற்றொரு உலகத்தை எகிறிப் பிடிக்கவேண்டி வருகிறது. அப்படித் தாவும்போது, அந்த மூச்சைப்பிடிக்கும் ஒரு கணத்தில் அவனுக்குப் பரிச்சயமான சூழ்நிலையை விட்டு, கடினமான முதிர்ந்த ஓர் உலகத்திற்குள் புகுகிறான். அப்படிப் பாய அவனுக்குப் போதுமான ஆத்மசக்தி இல்லாவிட்டால், திலீபனைப் போல அம்மா பிள்ளையாக பின்தங்கிவிடுகிறான். ஒரு இளைஞன், சிறுவயதில் தன் ஆசாபாசங்களுக்கும் தற்காப்புக்கும் எப்படி உருக்கொடுக்கிறானோ, அதுபோலவே அவன் வளர்ந்தவுடன் அந்த உருவம் அவனுக்குக் காதலிலோ, வேலையிலோ பயன்படும் - தைரியமூட்டும். இதைப்பற்றி வாஸு படித்திருக்கிறான். அவன் ஒரு பி.ஏ. பட்டதாரி என்பதையும், அதுவும் ஆங்கில இலக்கியம் வாசித்துப் பட்டம் வாங்கினவன் என்பதையும் எல்லோரும் மறந்துவிடுகிறார்கள்.

திலீபனின் இந்த உருவை வளரவிடாமல் அழகு நசித்து விட்டாள். குழந்தை வயதில் அவள் அவனைத் தன் நம்பிக்கை உண்டாகும் வகையில் வளர்க்கவில்லை. அப்படி அல்லாமல் மிதமிஞ்சி சலுகை கொடுத்து சுயநலக்காரனாக ஆக்கிவிட்டாள். வயது வந்ததும் மனோதிடமுண்டாவதற்குப் பதிலா... திலீபன்.... திக்குத் தெரியாத காட்டில் அலைந்தான். அதிலிருந்து தப்பித்துக்கொள்ளவே அவன் மணவாழ்க்கையை ஏற்றான் போலும். எப்படியிருந்தாலும் அது வழியாக அவனுக்கு நெருக்கமான உறவும், கதகதப்பான அன்பும் கிடைத்தது.

திலீபனுக்குத் தன் சூழ்நிலையுடன் இணக்கம் போதாது. அழகு அவனைப் பொத்திப் பொத்தி வளர்த்துக் கெடுத்துவிட்டாள். அதுதான் இல்லையென்றால் வாஸுவைப்போல உள்ளே அடங்கிய மனவுறுதியாவது இருக்கிறதா? அதுவுமில்லை. அதனால்தான் அவன் இப்படி ஓர் ஊதாரித் தோற்றம் கொடுக்கிறான். சத்யோத்தியாவில் சுகவாழ்விற்குக் குறைவில்லை. அவனும் நிச்சிந்தையாகச் சுற்றிவந்தான்.

"நீங்கள் உள்ளுக்குள்ளேயே முணுமுணுத்துக் கொள்ளுகிறேள். அவன் வெளியே போய் சவடால் அடிக்கிறான். எல்லாம் ஒண்ணுதான்." சாதாரணமாக மகனைத் தாங்கிப் பேசும் அழகு, எப்போதாவது வயிற்றெரிச்சல் தீர இப்படிக் கொட்டிவிடுவாள்.

ரேணுகா தான் சரி, வாய்திறவாமல் செயலில் எல்லாவற்றையும் காட்டிக்கொடுப்பாள். அழகு சொல்லச்சொல்ல அவள் அடம் அதிகப்படும். தாய் எது செய்கிறாளோ, சொல்லுகிறாளோ அதற்கு நேர் விரோதமாக இருப்பாள், செய்வாள். வாஸுவுக்குச் சிரிப்பாக வரும். ரேணுகா வேண்டுமென்றே அசட்டையாக இருப்பாள். அழகு காரியத்தில் எத்தனை நருவிசோ, அத்தனைக்கத்தனை ரேணுகா திறமையற்றவளைப்போல நடந்துகொள்வாள். தாயின் ஆத்திரம் அதிகரிக்க அதிகரிக்க அவள் அடமும் பெருகும்.

உண்மையில் ரேணுகா பார்ப்பதற்கு அவ்வளவு ஒன்றும் மோசமில்லை. ஆனால், அழகுவை கோபமூட்ட வேண்டுமென்றே

அவள் தலையைக் கோதமாட்டாள். புடவையைத் தாறுமாறாக உடுத்திக்கொள்வாள். வாஸுவுக்கு ரொம்ப நாட்களாகத் தெரியும், தன் தாய்க்கு நேர்மாறாக இருக்கவேண்டுமென்பது ரேணுகாவின் நோக்கம் என்று. இதற்காகவே அவள் படிப்பில் ஊக்கம் காட்டி வந்தாள். அழகுவின் அதிகாரத்தைக் குலைக்க இதுதான் வழி. புத்தியினாலும், வித்தையினாலும், உயர்தரக் கல்வியினாலும் ரேணுகா தன் தாயை மடக்கினாள். சமயம் வாய்க்கும்போதெல்லாம் தவறாமல் அவளுடைய அசட்டுத்தனங்களைச் சுட்டிக்காட்ட வந்தாள். மகளுக்குத் தன்னிடம் ஒரு சிறிதளவுகூட மதிப்பில்லை என்று அழகு, வாஸுவிடம் எத்தனை தடவை பிரலாபித்திருக்கிறாள்?

வாஸு மனதிற்குள் சிரித்துக்கொண்டான். ரேணுகா மெதுவாக அழகு கையைவிட்டு நழுவிப்போனதை உணரவில்லை. அப்படி சாதுர்யமாக அந்தப் பெண் காரியத்தைச் சாதித்துக் கொண்டுவிட்டாள். அழகுவால் பதிலே பேசமுடியவில்லை. அவள் வாயடைத்து நிற்கும்படி ஆகிவிட்டது. ஆக்ஞா பரிட்சை என்றால் சாதாரணமா? அவள் மகளா இத்தனை கெட்டிக்காரி? ஒரு நாள் முன்பின் அறிவிப்பில்லாமல் அவள் அழகுவை திகைக்க வைத்து விட்டாள். ரேணுகா ஆக்ஞா பரிட்சையில் தேறிவிட்டாள். சக்திவீரர் காரியாலயத்திலிருந்து அவளுக்கு உத்தரவு கிடைத்துவிட்டது. இனிமேல் ரேணுகா சக்தி ஆராய்ச்சிக் கூடத்தைச் சேர்ந்துவிடுவாள். அப்புறம் சக்தி நிவாஸுக்குக் கூடப் போக நேரிடலாம்.

இப்போதுகூட ரேணுகாவிற்கு ஆர்டர் வந்த அன்றைய தினத்தை நினைத்தால் வாஸுவுக்கு உள்ளம் கிளுகிளுத்தது. ரேணுகா சக்கைப்போடு போட்டதும் அல்லாமல், அழகுவுக்கும் ஒரு பாடம் கற்பித்துவிட்டாள். பெண் சிறகெடுத்துப் பறந்தோடிவிட்டாள். தனியாக வாழ்க்கையை நடத்தினாள். சொந்தத்தில் குடித்தனம் பண்ணினாள். இஷ்டப்படி இருந்து வந்தாள். ஆனால், ஆணைப்போல் நடந்துகொள்ளும் அவளுடைய சில இயல்புகளை வாஸுகூட ரசிக்கவில்லை.

ரேணுகாவும் அவனை எதற்காக அலட்சியம் செய்ய வேண்டும். அவன் அவளை ஏதாவது சொன்னதுண்டா? பின் அந்தத் தாயின் மகள்தானே! அடுத்தாற்போல அவன் தாய்... வாஸுவின் அடிமனதில் நிழலாடும் அந்தப் பெண் உருவத்துடன் மகளுடையதும், ஒத்துவரவில்லை. இனிமையுடன் பழக அவன் தாயாரைக் கொள்ளக்கூடாதா, ரேணுகா? கரிசனையுடன் பேணும் அந்த சுபாவத்தைக் காணமுடியவில்லையே? அவளுடைய நாஸுக்கான புன்முறுவல் எங்கே - இவளுடைய இடிச்சிரிப்பு எங்கே-?

"ஏன் இப்படிக் கேட்டுண்டு இருக்கேள்? இவ்வளவு தூரம் உதாசீனம் பண்ணுகிறவள் இடத்தில் உங்களால் எப்படி பிரியம் காட்ட முடிகிறது?" ரேணுகா எரிச்சலுடன் கேட்டாள். அழகுவின் ஆதிக்கத்தை எதிர்த்து ஒரு வார்த்தைகூடச் சொல்லாமல் அவன் இருப்பதைக் கண்டு அவள் பொருமுவாள். அப்பா மனதில் எதற்காக இத்தனை பயமும், அதைரியமும் தோன்றுகின்றன?

வாஸு பெருமூச்சுவிட்டான். அவன் மார்பு விம்மிற்று. அழகு அவன் பலவீனங்களுக்கு ஈடுகொடுக்க வேண்டுமென்று அவன் கேட்கவில்லை. இருந்தாலும் அவன் நெஞ்சில் உள்ள உரத்தை அவள் மாத்திரம் ஏன் கண்டுகொள்ளவில்லை. அவ்வளவுகூட புரிந்துகொள்ளாமல் இருக்கிறாளே! அவன் குழந்தைகளைப் பெற்றுச் சுமந்தவளுக்கு... தூய்மையான அந்தத் தாய்மையை அடைந்தவளுக்கு, இதுகூட அறியத் தெரியவில்லையே!

"அப்பா!" இது அவன் கடைசிப்பெண் சாந்தியின் குரல். வாஸு அரைத் தூக்கத்தில் நெளிந்துகொடுத்தான். ரேணுகாதான் வழிக்கு வரவில்லை. சாந்திக்காவது கலியாணம் செய்துவைக்க வேண்டுமென்று அழகுவுக்கு ஆசை. அவள் என்னவென்றால், மூலாதாரப் பரிட்சை ஆனவுடனேயே கிரேட் 'ஸி' வேலையில் அமர்ந்துகொண்டு சுதந்திரமாக இஷ்டம்போலிருக்கத் தொடங்கிவிட்டாள். அழகுவுக்கு நன்றாக வேண்டும். அவள் கொடுத்த இடத்தினால்தானே சாந்தி இப்படித் திமிறினாள்?

சாந்தி கண்ணாடி முன் நின்றுகொண்டு தன்னை அழகு

பார்த்தாள். பனிக்காலத்து சூரிய வெளிச்சம் சன்னலூடே கூச்சத்துடன் பிரவேசித்து, அவள் தேகத்தின் மேல் லேசாகப் படர்ந்தது. கண்ணாடி ஒரு பெண்ணின் முக்கியமான கருவி. அதை உபயோகிக்கும் முறையிலிருந்து, அவளுடைய வாழ்வின் அந்தரங்கக்குறி புலனாகும். சாந்தி அதில் தன்னை அநுதாபத்துடன் பார்த்துக்கொள்ளவில்லை. எங்கே எப்படி என்று கணுகணுவாக ஆராய்ந்தாள். நல்ல மொழு மொழுப்பான உடல் கட்டு; ரஞ்சிதம் கொடுக்கக்கூடிய சர்ம ஒளி; முதுகு வளைவில் பார்ப்போரை ஈர்க்கும் அப்படி ஒரு வசீகரிக்கும் தோற்றம். அவள் பக்கவாட்டமாக நிற்கும்போது அது இடுப்புடன் சேர்ந்து அழகாக ஒரு கொக்கியைப்போல உருண்டு வளையும். தன்னழகைப் பூர்ணமாக தனக்கு உதவச் செய்ய வேண்டுமென்பது சாந்தியின் கொள்கை.

அந்த வயதில் (அவளுக்கு இருபத்திநான்கு வயதுதான்) இப்படி ஓர் எண்ணம் அவளுக்கு வந்தது அதிசயமில்லை. ஆனால் அந்த அழகைக்கொண்டு அவள் பணம், காசு, வண்டி, வீடு, நகை நட்டு, உண்மையைச் சொன்னால் - மனிதன் - இவற்றை விலைக்கு வாங்குவதாக உத்தேசமில்லை. அவள் ஒரு அழகி. அழகினால் உலகத்தையே மயங்குறச் செய்ய வேண்டும். ஆனால் அவள்? அவள் யாருக்குமே சொந்தமாகாமல் இருப்பாள். - அவள் அவளுக்கே சொந்தம். சாந்தி கழுத்தை உயர்த்திக் கொண்டாள். அந்த ஒய்யார அழகில் எத்தனை பேர் சொக்கிப்போயிருக்கிறார்கள். சாந்தி வழுவழுப்பான தன் தொடைகளை வருடினாள்..... லேசாகக் கிள்ளிப்பார்த்தாள். கண்ணாடியில் புன்னகை செய்தாள். ஆமாம். யௌவனமும், வனப்புமாகச் சேர்ந்து அவளுடைய வெண்ணெய் மேனியைப் பூரிப்புடன் மிளிரச் செய்தன.

அவள் நிதானமாகத் தன்னை அழகுபடுத்திக் கொண்டாள். அதற்கு வேண்டிய சாதனங்களை அவள் ஒரு தனித் தோல் பையில் பூட்டிவைத்திருந்தாள். வீட்டில் எல்லோரும் அந்தப் பெட்டி லலிதா தோத்திரக் கல்லூரியைச் சேர்ந்தது என்று எண்ணியிருந்தார்கள். அவள் முகப் பூச்சுகள் ஒன்றும

உபயோகிக்கும் வழக்கம் கிடையாது. காரணம் தன் மேனியழகைப்பற்றி அவளுக்கு அப்படியொரு கர்வம். நீண்ட தலைமயிரை எடுத்துச் சுற்றி விதவிதமாகக் கொண்டை போடுவது, நாஸுக்காக மைதீட்டிக் கொள்வது - ரகசிய காந்தத்துடன் இழுக்கும் பரிமளமும் அத்தரும் பூசிக்கொள்வது - இவ்வளவுதான். ஆனால் அழகே வாழ்வின் லட்சியக்குறி என்று பழகுகிறவளுக்கு, அழகு செய்துகொள்வதற்கு இவையொன்றும் தேவையில்லை. அதற்குக் கண்ணாடி ஒன்றே போதும்.

கண்ணாடியில் நீலமும், ரோஜாவும், மஞ்சளுமாக நிழல்கள் ஓடி விளையாடின. கண்கள்... கண்ணின் இமைகள், அதன் ஊடே வெட்டும் ஒளிகள்... கைகள் அதனுடன் கொஞ்சித் தழுவும் உருண்டை புஜங்கள்... மார்பகத்தின் பொருமும் நிழல்கள் கண்ணாடியில் துடிதுடித்தன. சரிவுகள், வளைவுகள், நொடிப்புகள். தாழம்பூ மடலை மடித்துச் செருகுவதுபோல அவள் தன் உடலை வளைத்து தினம் ஆசனங்களைப் பழகி வந்தாள். சக்தி மண்டபங்களில் பயிற்சி தரும் இந்த ஆசனங்கள் பெண்களுக்கு மிக்க அனுகூலமானவை. சக்தி! ஓம் சக்தி! அடடா... டா இவளேதானே அவள்! இவள் இல்லாமல்...

"நீ இல்லாமல் என்ன உலகம்!" சுந்தர் மேஜைமேல் பதிந்திருந்த அவளுடைய தந்த விரல்கள் மேல் தன் கையை வைத்தான். அந்த ஸ்பர்சம் சாந்தியின் உடலை ஊடுருவிச் சென்றது. ஆனால் அவள் தான் தேர்ந்தெடுத்த நிலையிலிருந்து ஒரு இம்மி அளவுகூட மாற இணங்கவில்லை. சுந்தர் தன் தாபத்தை வெளியிட்டான். காதலர்கள் பறையிடும் துன்பங்களைத் தெரிவித்தான். "ஊண் உறக்கமின்றி... மேலும் அவனை நன்கு புரிந்துகொண்டு அநுதாபம் காட்ட இந்த உலகில் அவளைத் தவிர..." சாந்தி மசியவில்லை. சீதா, சாவித்திரி - இவர்கள் அவதரித்த நாட்டில் பிறந்த அவள் திடவுறுதியுடன் இருந்தாள். பாவம் சுந்தர் ரொம்பத்தான் கஷ்டப்படுகிறான். அவள் அவனுடைய சிவந்த கண்களையும், கலைந்த தலைமயிரையும் கூர்ந்து நோக்கினாள். ஆனால் வளைந்து கொடுக்கவில்லை. அவள் அழகு அவளைக் காப்பாற்றிற்று. அழகாக இருப்பதுதானே

அவள் வாழ்க்கைக்குறி? அதைக் குலைக்க வருவோர்களை அவள் எப்படி ஏற்பது?

அந்த அறையின் புகைமூட்டத்தினூடே சுந்தர் அவள் அழகைப் பார்த்துப் பார்த்து ஏங்கினான். அது ஒரு சக்தி கர்ப்பக்கிருகம். அதாவது பிராகாரங்களையும் மண்டபங்களையும் தாண்டிப் போனால் இந்த அந்தரங்க அறைகளை அடையலாம். உல்லாச அறை; ஒரே சிகரெட்டுப் புகை. சுவர்கள் வளைந்து வளைந்து – கோத்துக் கோத்து ஓடின. பெண்ணின் தேகம்போல அதில் பல மடிப்புகள்; மங்கலான தீபவொளி. அங்கே வருகிறவர்கள் தனித் தனியாக இவ்வோரங்களில் ஒதுங்கலாம். அல்லது, கும்பலாக நடுவே இருந்த சிறு சிறு மேஜைகளைச் சுற்றி உட்கார்ந்து அரட்டை அடிக்கலாம்.

அந்தச் சமயத்தில் சாம்பு உள்ளே நுழைந்தான். கதவோரத்தில் நின்றுகொண்டு சுந்தரைத் தேடினான். முதல் நாள் ஸிம்ஹன் அவனை ஆபீஸர் சூர்ஸிங் மகன் சுந்தருக்கு அறிமுகப்படுத்தியிருந்தான். சுந்தர் சக்தி மண்டபங்கள் இளைஞர் கூட்டத்துத் தலைவர்களில் ஒருவன், "நீ அவனைச் சந்திக்கும் சாக்கில் சக்தி கர்ப்பக்கிருகங்களுக்குள் போகலாம். இக்கிருகங்களில்தான் இளைஞர்கள் தம் நோக்கங்களையும் சித்தாந்தங்களையும் பரிமாறிக்கொள்ளுகிறார்கள். நூதன உணர்ச்சி அனுபவங்களிலும் இவர்கள் கைதேர்ந்தவர்கள்." ஸிம்ஹன் சொன்னதைக் கேட்டதும் சாம்பு வெகு ஆவலுடன் சுந்தரை ஒரு கர்ப்பக்கிருகத்தில் சந்திக்க உடன்பாடு செய்து கொண்டான்.

ஓயாமல் புகைத்துக்கொண்டிருந்த அந்த இளைஞர் கூட்டத்தின் மேல் கண்களை ஓட்டினான் சாம்பு. நீண்ட கேசங்கள் கன்னத்தில் தொங்கலிட்டு கண்களைத் திரையிட்டன. மீசைகள் உதடுகளைத் தழுவி விளையாடின. ஒவ்வொருவன் எதிரிலும் ஒவ்வொரு தம்ளர் நிறைய சாராயம். மாதுளை போன்ற அதனுடைய கெம்பு நிறத்தைக் கண்டதும், அது திராட்சைச் சாராயம் என்று அவன் கண்டுகொண்டான்.

சுந்தர் கண்களை உயர்த்தினதும் அவை சாம்புவுடையதைச் சந்தித்தன. அந்தப் பார்வையில் அச்சமா - வெருட்சியா - அல்லது மயக்கமா? சாம்புவுக்குத் தீர்மானமாகச் சொல்ல முடியவில்லை. இதற்குள் சுந்தர் எழுந்து வந்து சாம்புவை அழைத்துப்போய் அவர்களுடன் இருக்கச் செய்தான். சாம்பு கேட்காமலே அவன்முன் ஒரு தம்ளர் சாராயம் வந்து நின்றது.

"இந்த இளைஞர்கள் இப்படியா காலம் கழிக்கிறார்கள்?" சாம்பு வியப்பும், விசனமும் கலந்த குரலில் கேட்டான்.

சுந்தர் தலைவன் பாவத்தில் அலட்சியத்துடன் சிரித்தான். "ஏன் கூடாது? இது சக்தி யுகத்து ஆரம்பம். ஓம் சக்தி பணியில் நாங்கள் ஈடுபட்டிருக்கிறோம். இட்ட பணிகளைச் செம்மையாகச் செய்து வரும்போது எங்களை யார் குற்றம் குறை கூறமுடியும்? மற்றுமொரு விஷயம். சக்தியை வழிபடுவது எங்கள் முன்னோர் மரபு. முறைவாழ்வு எங்கள் ரத்தத்தில் ஊறியது." அவன் கண்கள் ஏனோ சாம்புவை நேரே பார்க்கவில்லை.

"இதுதானா அந்தப் புதிய முறை?" சாம்பு தம்ளரைச் சுட்டிக்காட்டினான்.

"சமயத்திற்குத் தகுந்தபடி கட்டுக்கோப்புகளை மாற்றி அமைப்பதில்தான் பண்பின் வளர்ச்சி இருக்கிறது. புதிய முறைகளைக் கொண்டே பழைய சம்பிரதாயங்களை மடக்க வேண்டும்."

அந்தரங்கத்தில் உண்டாகும் ஒரு கிடுகிடுப்பை மறைக்கவே அவன் இப்படி அடித்துப் பேசுவதாக சாம்பு எண்ணினான். இந்த ஆத்மசார மதுவைச் சாப்பிட எங்களுக்கு உரிமையுண்டு. ஸஹஸ்ராரத்திலிருந்து சொட்டும் அமிர்தபானம் அல்லவா? சிவ - சக்தியோகத்தைப்பற்றி நான் சொல்லவும் வேண்டுமா?

சாம்பு அவன் பக்கத்தில் பதுமைபோல உட்கார்ந்திருந்த அந்த அழகுப் பிம்பத்தைத் திரும்பிப் பார்த்தான்.

"அப்போது உங்கள் அனுபவங்கள் யாவும் சக்தியின் கூத்து - அப்படித்தானே என்று சாம்பு கேட்டான்."

சுந்தர் தலையை அசைத்துக்கொண்டே சாந்தியை நோக்கினான். அவன் முகம், வேட்கை ஜூரத்தினால் விகாரமடைந்தது.

"ஆமாம், சந்தேகமில்லாமல் மனிதனுடைய அந்தரங்கம் திவ்விய சுவரூபமானது. அவனுடைய தேகமும் இயற்கை தேவியின் வரன். அப்படியிருக்க இதையெல்லாம் அனாவசியமான ஆபாச வாழ்வு என்று நினைக்கக்கூடாது. கேள்விப்பட்டதில்லையா? போகானுபவத்தின் மூலம் ஆத்மாவையும், தேகத்தையும் ஒன்றாய் யோகத்திலிருத்துவது சக்தியின் மேன்மை."

"கொஞ்சும் மாதொடு குண்டலி சக்திநீ" அவன் சாந்தியை விழுங்கும் கண்களுடன் பார்த்தான்.

"அப்போது இதைத்தவிர வேறு உங்களுக்கு வாழ்வில் ஒரு கவலையும் கிடையாதா?"

சுந்தர் சாகஸத்துடன் சிரித்தான்.

"அதுதான் சக்தி வீரர் அனுகூலத்தினால் நாங்கள் நெஞ்சில் கவலையில்லாமல் வாழ இலவசப் படிப்பும், அவரவர்களுக்குத் தகுந்த வேலையும் கிடைக்கிறதே."

"அது போதுமா? இப்படியே சாப்பிடுவது, வேலைக்குப் போவது – சுகவாழ்வு வாழ்வது என்று இருப்பது ஓர் அர்த்தமில்லாத வாழ்க்கையாக உங்களுக்குப் படவில்லை?"

அதுவரையில் சாராயத்தை உறிஞ்சிக்கொண்டே பேசாமல் இருந்தவன், இப்போது ஒரே மூச்சுடன் வார்த்தைகளைக் கொட்டினான். "போகானுபவங்களால், எங்களுக்குள் கலையின்பம் செழிக்கிறது. அதுவே எங்களுக்கு உயிர் கொடுக்கிறது. உதாரணமாக சக்தி கீதத்தை எடுத்துக் கொள்வோம். அந்த சங்கீதத்தில் இன்பமூட்டும் லாகிரி, அகத்தைக் கலக்கும் இரக்கம், காதல் உணர்வு எல்லாமுண்டு. இப்படி உணர்ச்சிகளைப் பிரதிபலித்துக்காட்ட எந்த வகை சங்கீதத்தினாலும் முடியாது. சக்தி சங்கீதம் மூலமாக ஆதித்திய நாட்டின் தற்போதைய மனோநிலைகளை எல்லோரும் புரிந்து

கொள்ள முடியும். கர்நாடக சங்கீத வித்வான்கள்கூட எங்கள் சங்கீதத்தை மெச்சுகிறார்கள்."

"காதலைப்பற்றியுள்ள உங்கள் அபிப்பிராயங்களை உங்கள் முதியோர்கள் எப்படி ஒப்புக்கொள்ளுகிறார்கள்?"

சுந்தரிடமிருந்து படக்கென்று ஒரு சிரிப்பு வெடித்தது. "எங்கள் சக்தி கர்ப்பக்கிருக வழக்கங்களைக் கண்டு கூச்சமாக இருக்கிறதா? நாங்கள் எவ்விதமான சூழ்நிலையில் வளர்ந்தோமென்று நீங்கள் யோசித்துப் பார்த்தீர்களா? இதோ சாந்தியை எடுத்துக் கொள்ளுங்கள். இவள் தகப்பனார்தான் பாபு வாஸுதேவன். முறை வாழ்க்கையை மேற்கொண்ட சாந்தியின் பெற்றோருக்குப் பால் உணர்ச்சி சம்பந்தப்பட்ட எந்த விஷயமும் ஒரு குறுகுறுப்பை உண்டாக்கிவந்தது."

"அப்படியா?"

"இல்லாவிட்டால் இவள் பெற்றோர் இவள் முன்னிலையில் ஏன் சகஜமாகப் பழுகக் கூச்சப்படுகிறார்கள். இவள் தகப்பனார், சொந்த உணர்ச்சிகளை அடக்கி, சிற்றின்பங்களை எப்படித் தகர்ப்பது என்பதற்கு ஒரு திருஷ்டாந்தமாக இருக்கிறார். அப்படியிருப்பவர், வாழ்க்கையை எப்படி சுலபமாகவும், இயற்கையாகவும் நடத்தமுடியும்? நேர்விரோதமான உணர்ச்சிகளால் விறைப்பும் இறுக்கமும் கொண்ட இவர்கள் சாந்திக்கு என்ன அனுபவ போதனைகள் கொடுக்கமுடியும்? இயற்கைக்கு நேர்மாறாக இவர்கள், கலவியின்பம் ஆபாசமானது, பாபமானது என்றே புகட்டி வந்தார்கள். இது புராணங்களில் சொல்லியுள்ள உதாரணங்களுக்கும் மாறானது. நம் புராண நூல்களிலும், சிற்பங்களிலும் பரவி நிற்கும் துடிப்பு எவ்விதமானது என்று எல்லோருக்கும் தெரியுமே.

"அவள் பெற்றோர் இப்படி என்றால், என் பெற்றோர் மற்றொரு விதம். அவர்களாலும் எங்களுக்கு ஒரு பயனுமில்லை. என் தகப்பனாருக்கு ஆபீஸ் வேலை ஓயாது. அவர் சதா பைலில் முழுகிக்கிடப்பார். அப்படி இல்லையென்றால் மந்திரி என்ன

சொல்லுவாரோ - ஜனசபையில் என்ன பழி வருமோ என்று சதா கவலைப்படுவார். சரளைக் கற்களைப் போல கவலை. அவர் உள்ளத்தை நிமிண்டிக்கொண்டே இருக்கும். என் தாயார், வீட்டு வேலை தீர்ந்ததும், காலனியிலுள்ள மற்ற பெண்களுடன் சேர்ந்து போதைப் போக்குவாள். இவர்கள் ஒன்று மாஜாங் போன்ற விளையாட்டில் ஆழ்வார்கள். அல்லது ஊர் சுற்றுவது, 'ஷாப்பிங்' சினிமா பார்ப்பது என்று இருப்பார்கள். மற்றும் சிலர் மாதர் சங்கம்,'ஸோஷியல் சர்விஸ்' என்று போவார்கள். அல்லது இளம் பெண்களைப்போல வேலைக்குக் கூடப் போவார்கள். என்னவானாலும் இப்பெண்மணிகளுக்கு தம் குழந்தைகளை கவனிக்க நேரமிராது. எங்கள் நடவடிக்கைகளைப் பற்றி இவர்கள் அபிப்பிராயம் என்னவென்றால் - கலவியின்பம் ஆபாசமானது - கள்குடிப்பது அபத்தமானது... எனக்கு நினைவு வந்தது முதல் நான் நம் முதியோர்களிடம் இதையே கண்டிருக்கிறேன். அதாவது ஏதோ ஒன்று அவர்கள் உள்ளத்தைக் குறுகுறுவென்று உறுத்துகிறது; அச்சத்தை எழுப்புகிறது. இந்தப் பயத்தை மறைக்க மறக்க, அவர்கள் சம்பிரதாய முறைப்படி மேல்மட்டமாக ஒரு வாழ்வைப் பின்பற்றுகிறார்கள்.”

சாம்பு சுற்றுமுற்றும் பார்த்தான். சுவாரஸ்யப் பேச்சு; ஆணும் பெண்ணுமாக குடிமயக்கத்தில் தழுவிக்கொள்ளும் காட்சி. இவர்கள் மறுநாள் எப்படி வேலைக்குப் போகிறார்கள்? இப்போதைய சத்யோத்தியாவில் கடுமையான உழைப்புத் திறன் காட்ட வேண்டுமே? துப்புரவுடன் காரியங்களைச் செய்ய இவர்களால் எப்படி முடிகிறது? அவன் சாந்தியைத் திரும்பிப் பார்த்தான். தங்கத்தில் செம்பு கலந்த ஒரு செம்மேனி. அந்த மேனியின் வசீகரிக்கும் தோற்றத்தினாலும், இளமையின் பூரிப்பாலும் அவளிடம் ஆண்பாலர்களை வசீகரிக்கும் சக்தி அபாரமாக இருந்தது. மதர்லாந்தில் பல நவீன மோஸ்தர் உடைகளைப் பார்த்திருந்த சாம்புகூட அவள் உடையைக் கண்டு நாணினான். அவன் எப்படியானாலும் வாஸவேச்வரத்தைச் சேர்ந்தவன். என்னவிருந்தாலும் மார்பகத்தை அவ்வளவு தூரம் விளம்பரப்படுத்த வேண்டுமா?”

எதற்காக இவர்கள் இப்படிப் புகைக்கிறார்கள்? தம் ஆண்மையையும் வீரியத்தையும் மனோபலத்தையும

எடுத்துக்காட்டவா? அப்போது ஏதோ ஒரு பீதி இவர்கள் உள்ளத்தையும் அரிக்கிறதா? சிகரெட்டு மனிதனுக்கு ஒரு நண்பனைப்போல ஆறுதல் ஊட்டுகிறது. நீலநிறப் புகை. புகையை இழுக்கும்போது நினைக்க வேண்டியவைகளை மறந்து, அமைதியான ஒருவித மறதியில் முழுகலாம். இதே காரணத்திற்காகவே மனிதன் குடிக்கிறான். அவனுக்கு சமாதானம் தேவை. சந்தேகமோ பயமோ எழும்போதெல்லாம் - குடித்தால் தைரியமுண்டாகிறது. அதுவும் தவிர ஒருவித வேட்கையும், உற்சாகமும் கிளம்புகிறது. குடித்த பின்பு மனிதன் தோற்றமே ஒரு புதுவிதமாக, தனிப்பட்ட குணங்களுடன் பிரகாசிக்கிறது. சாதுவானவன் சண்டைக்குப் புறப்பட்டுவிடுகிறான். அதிகமாகச் சாப்பிட்டுவிட்டால், உணர்ச்சிமிகுந்து கண்ணீர் விடத் தொடங்கிவிடுகிறான். புகை வேறு கண்களை உறுத்திக் கண்ணீரைத் தருவிக்கிறது. சங்கீதக் கூட்டிசை ஒருவித உணர்ச்சி வெள்ளத்தைப் பகர்ந்து கக்கிற்று. தூண்களுக்குப் பின்னால் இருந்த சிறுசிறு மறைவுகளில் யுவயுவதிகளின் கூடிப் பேசும் வைபவத்தைக் கண்டு, சாம்பு வியந்தான். குடித்தப் பிறகுதான் ஆணுக்குப் பௌருஷம் வளருகிறதோ! குடிமயக்கத்திலிருந்து அவன் மற்றொரு மயக்கத்திற்குத் தாவுகிறான். கலவியும் ஒரு லாகிரியே. அதுவும் கஞ்சாவைப்போல - பற்பல கற்பனைத் தோற்றங்களை எழுப்புகிறது. கலவியினால் மானுடர்க்குக் கவலை தீரும். மரணமும் பொய்யாகும்.

சாம்புவின் மனோநிலையை அறிந்த சுந்தர் வேண்டுமென்றே சவால் விட்டான். "ஆயுஸில் ஒரே ஒரு பெண்ணையோ ஆணையோதான் காதலிக்க முடியுமென்ற எண்ணம் கொண்டு பலபேர் தம் வாழ்க்கையைக் குழப்பிக்கொள்ளுகிறார்கள்," என்றான்.

"அப்படிச் செய்தால் நம் உணர்ச்சிகள் தம் நுண்ணறிவையும் மென்மையையும் இழந்துவிடாது?"

"கலவியுணர்ச்சி என்னும் காதல் நீடித்து நிற்காத ஒரு நிலைமை. அதனுடைய அற்பகாலத்திய தோற்றத்தை மாற்ற நமக்கு சக்தி கிடையாது."

"இன்பத்தை அதிகமாகப் பருகிவிட்டால் நாம் நம் சாத்வீக இயல்புகளை இழந்துவிடுகிறோம் என்பது என் எண்ணம்."

சுந்தர் தோட்களைக் குலுக்கிக் கொண்டான்.

"எங்கள் சக்தி கர்ப்பக்கிருகங்களுக்கு உள்ள கிராக்கி எதற்குமே கிடையாது. ஆதித்தியன் எங்கள் மகரக்கட்டு சபைகளைக் கொண்டாடுகிறான். நாங்களும் அவன் இட்ட பணியைச் செய்யக் காத்திருக்கிறோம்."

கர்ப்பக்கிருகத்தை விட்டு வெளியே மண்டபத்திற்கு வந்தான் சாம்பு. அவனை வழியனுப்ப சுந்தரும் பின்னே வந்தான். அந்தச் சமயத்தில் நிகழ்ச்சி யாதுமில்லை.

மண்டபம் காலியாக இருந்தது. சுவர்களில் வர்ணம் பூசியபடி நின்றிருந்தான், ஒரு யுவன்.

"இவன்தான் மித்திரன். எங்கள் ஓவியர்களில் ஒருவன்," என்று அவனைச் சாம்புவுக்கு அறிமுகப்படுத்தினான், சுந்தர். சாம்பு சுவர்களின் வர்ணஜாலக் குழம்புகளைப் பார்த்து திகைத்து நின்றான்.

மித்திரன் சொன்னான்: "ஓகோ! மதர்லாந்திலிருந்து வந்திருப்பதாயும். ஆதித்திய நாட்டைச் சுற்றிப் பார்ப்பதாயும் கேள்விப்பட்டேன். இச்சுவர்களில் உள்ள சித்திரங்களைப்பற்றி விளக்கிக் கூறுகிறேன். அப்படிச் செய்யாவிட்டால் எங்கள் சக்தி கலையைப் புரிந்துகொள்ள முடியாது. இதோ, இந்தச் சுவற்றில் சக்தியின் ஆதிப் படைப்பை வரைந்திருக்கிறேன்."

சாம்பு. கண்டதாவது திவ்விய ஜோதிமயமான ஒரு வர்ணபிழம்பு, அதன் நடுவில் ரக்த பிண்டங்கள். அதைச் சுற்றி ஒரு அக்னி ஜ்வாலை. நாலாபக்கமும் கைகால்கள், முண்டங்கள், சிரஸ‘க்கள் சிதறிக்கிடந்தன. தங்க நிறம், தாமிர வர்ணம், சிவப்பு, மஞ்சள், ஊதா என்று வர்ணங்கள் போட்டி போட்டன.

மித்திரன் சொன்னான்; "ஜோதிமயமான ஆதிசக்தியின்

உருவத்தினிலிருந்து கோடிக்கணக்கான ரத்த பீஜங்கள் தோன்றுகின்றன. அப்பீஜங்களின் பல்வகைத் தோற்றங்கள் இவை." மித்திரன் தீக்குச்சியை ராவித் தன் சிகரெட்டைப் பற்றவைத்தான். அந்தக் கரிக்குச்சியை வைத்துக்கொண்டு குழந்தைகளுக்கான கோணல் படமும் எழுதலாம்; சக்தியின் படமும் எழுதலாம்.

அப்புறமாக அவன் வீரேந்திரனுடன் விஷயங்களை ஆராய்ந்த போது, அவன் சொன்னான்: மனதை உறுத்தும் இந்த அச்சம் ஆதித்திய நாட்டில் யாவருக்கும் பொது. அது மந்திரியானாலும் சரி, ஆபீஸரானாலும் சரி, தொழிலதிபரானாலும் சரி. ஒருவருக்கொருவர் போட்டி. ஆனாலும் தம் நிழலைப் பார்த்தே பயம். இந்த பயம் அவர்கள் இதயத்திலேயே உற்பத்தி ஆகிறது. இளைஞர்களும் இதற்கு விலக்கில்லை.

மகரக்கட்டின் கவலை வேறுவிதம். அந்தரங்கத்தில் ஒரு சூன்யம், உற்சாகக் குறைவு. வேரூன்றி நிலைத்திருக்க ஆதரவில்லாமல் அவர்கள் திரண்டாடுகிறார்கள். அதனால் விரோதமும், முறிவும் ஏற்படுகிறது. இதற்காக வயது பதினெட்டு ஆனதும் ஆதித்திய நாட்டான் கண்மூடிகளைப் போட்டுக் கொண்டு ஜட்காக் குதிரையைப் போல இருக்கிறான். ஒரு பக்கம் படைத்துக்கொண்டே போனால், மற்றொரு பக்கம் அவனாகவே அதைச் சிதைத்துவிடுகிறான். ஆதாரம் எங்கிருந்து வரமுடியும்? கிடுகிடுக்கும் இந்த உலகில் ஓம் சக்தி ஒன்றே துணை. சக்தி கீதம் இந்த பயத்தைத் தணிக்கிறது. சக்தி விளையாடல் இந்த மெத்தமான குற்ற உணர்வைச் சற்று சமாதானமடையச் செய்கிறது.

அன்று ஸிம்ஹன் பெண் ஊர்வசியின் கலியாணச் சடங்குகளைக் கவனிக்க சாம்புவுக்கு விநோதமாகத்தானிருந்தது. பிரம்ம விவாகம்தான். அதுவும் சாஸ்திர முறைப்படி. ஆனால் நாம் சினிமா படப்பிடிப்புக் கலைக்காட்சிக்கு வந்துவிட்டோமோ என்று சாம்புவுக்குச் சந்தேகம் தோன்றிவிட்டது. மந்திர உச்சரிப்பை சிலர் ஒலிபிடிக்க, மற்றும் சிலர் சினி

காமிராக்களுடன் படங்கள் பிடித்தபடி இருந்தார்கள். பண்ணிவைக்கும் வைதீகரும், மணப்பெண், மணமகனும் அதற்குத் தகுந்தபடி ஆட்டம் போட்டார்கள். ஸிம்ஹன் சாம்புவை வாஸவேச்வரத்து உபசாரத்துடன் வரவேற்றான்.

"நன்றாயிருக்கிறதா ஏற்பாடு? இவர்களை மதர்லாந்திலிருந்து மந்திரி வீட்டுக் கலியாணத்திற்காகத் தருவித்திருந்தார்கள். சந்தர்ப்பத்தை விடக்கூடாதென்று உடனே முகூர்த்தம் வைத்துவிட்டேன்."

சற்று நேரம் கழிந்துதான் அவன் சினி போட்டோக்காரர் களைக் குறித்துப் பேசுகிறான் என்று சாம்புவுக்குப் புரிந்தது.

அவன் மலைப்பைக் கண்டு வீரேந்திரனுக்கு வெகு வேடிக்கையாக இருந்தது.

"நீ ஒரு கர்நாடகம். கர்ண கடூரம் என்று இல்லாவிட்டாலும் கர்நாடக சங்கீதத்தை ரஸிக்கிறவன். உனக்குப் புரியவில்லை? சினிமாக் கருவிகள் மூலமாக ஆயுள் பூரா இந்தத் தம்பதிகள் தம் திருமணக்கோலத்தைக் காணலாமல்லவா?"

"வாஸ்தவம். இருந்தாலும் வேதச் சடங்குகளுக்கு முக்கியத்துவம் கொடுக்கலாம்...."

"கொடுக்காமலென்ன? ஒலிக்கருவிகள் வழியாக நீ அந்த அழகான உச்சரிப்புகளை அப்புறம் கேட்கலாமே!"

"எதிர்காலமேதான் முக்கியமா?"

"ஆமாம். ஆதித்திய நாட்டில் எதிர்காலமோ, சென்ற காலமோ முக்கியம். தற்சமயத்தை மறக்கத்தான் சக்தி பிராகாரங்களும், மண்டபங்களும், கர்ப்பக்கிருகங்களும் இருக்கின்றனவே!"

சாம்பு வதுரவரனத் திரும்பிப் பார்த்தான். அவர்கள் திரைப்பட நடிகர்கள் போலவே சாவதானமாகச் செயல்பட்டார்கள். அதாவது சிரிப்பது, களிப்பது, பேசுவது எல்லாவற்றையுமே காமிரா எதிரில் திறமையுடன் நடித்துக் காட்டினார்கள். இடை

இடையே பற்களை இளித்துக்கொண்டு நிற்கும் வேதியர் முகமும் தெரிந்தது. தம்பதிகளாவது, சாஸ்திரிகளாவது, வேத முறைகளைப் பற்றிக் கவலைப்பட்டதாகத் தெரியவில்லை. விவாகத்திற்கு வந்திருந்தவர்களும், அதை ஒரு திரைப்பட அனுபவம் போலப் பார்த்துக்கொண்டு உட்கார்ந்திருந்தார்கள். அங்கே இன்னும் கொஞ்சநேரம் தங்கினால் சக்தி கிருக சாயல்கள் தோன்றிவிடுமோ என்று சாம்பு பயந்தான். அவன் மனதை அறிந்தவன் போல வீரேந்திரன் சிரித்தான்.

சாம்புவுக்கு பர்மிட்டைப்பற்றிய கவலை அதிகரித்தது. மறுபடியும் ஆபீஸர் ராம்மோகனைப் போய்ப் பார்த்தான். ஒரு தகவலும் தெரியவில்லை. மதர்லாந்தைப்பற்றிச் சாம்பு வைத்தான் அவன் குறுக்கு விசாரணை செய்தான்.

அப்புறமாக சாம்பு பாபு ராஜேந்திரனைப் பிடித்தான். அப்போதுதான் திடுக்கிடும்படியான ஒரு சங்கதி அவனுக்குத் தெரியவந்தது. சாம்பு போட்ட அப்பிளிகேஷன், போட்டோக்கள், அத்தாட்சிக் கடிதங்கள் யாவுமே கலைந்துபோய்விட்டனபோல் இருக்கிறது. ஒரு இடத்திலும் காணவில்லையாம். பாபு ராஜேந்திரனும் மற்றொரு பாபுவுமாகத் தேடுதேடு என்று தேடுகிறார்கள். சக்தி வீரர் காரியாலயத்தில் ஒரு இடம் பாக்கியில்லை. எங்கும் பார்த்தாய்விட்டது. சாம்பு ராஜேந்திரன் இருந்த அறையை ஒரு நோட்டம் விட்டான். மேலே உத்தரத்திலிருந்து கீழே தரை வரையில் நாலாபக்கத்து சுவர்களிலும் பைல்கள் குவிந்து கிடந்தன. "மற்ற இடங்கள் என்ன? இங்கேயே பைல் இருந்தால் கூடக் கிடைக்காது" என்ற வார்த்தைகள் அவனையும் அறியாமல் சாம்பு வாயிலிருந்து வந்தன.

"அதுவும் வாஸ்தவம்" என்றான் ராஜேந்திரபாபு. பைல் என்றால் அலைந்துகொண்டே இருக்க வேண்டும். அப்புறம் அனர்த்தம்தான். யாராவது கைத்வறி எங்கேயாவது வைத்துவிடுவார்கள். அதற்குப்பிறகு அதைக் கண்டுபிடிப்பது

பிரம்மபிரயத்தனம்தான்."

"அடா... டா... அப்போது என் அப்ளிகேஷன் கிடைக்காதா?"

பாபு ராஜேந்திரன் முறுவலித்தான். அவன் வாயெல்லாம் சொத்தைப் பல். வெற்றிலை போட்டுப்போட்டுக் காவிபடிந்த பற்களைக் காட்டி, இப்போது அவன் சிரித்தேவிட்டான். "இதென்ன பிரமாதம்?" வேறு ஒரு அப்ளிகேஷன் போட்டால் போச்சு. ஒரு போட்டோ எடுத்தால் ஆச்சு.

"அது சரி. ஆனால் நற்சாட்சிப் பத்திரங்களைச் சேர்க்க இரண்டு மூன்று நாட்கள் பிடிக்காதா?"

"இரண்டு நாட்களில் மதர்லாந்திலிருந்து வந்துவிடுமா?"

"மறுபடியும் சாம்புவுக்குத் தூக்கிவாரிப் போட்டது. மதர்லாந்திலிருந்தா நற்சாட்சிப் பத்திரங்கள் வரவேண்டும்?"

ராஜேந்திரன் தன் அவலட்சணமான மீசையைத் தடவிவிட்டுக் கொண்டான். "ஆமாம், அதுதான் முறை."

"அதற்கு ரொம்ப நாட்கள் ஆகுமே!"

"என்ன செய்யலாம்?"

"ஆனால் உங்களுக்கெல்லாம் என்னை நன்றாகத் தெரியுமே. பாபு ஸிம்ஹன், நீ, ஆபீஸர் ராம் மோகன் - யார் வேண்டுமானாலும் எனக்காக உறுதிகூறலாமே!"

"வாஸ்தவம். ஆனால் முறைக்கு விரோதமாக எப்படிப் போகிறது? முறைப்படி உறுதிச்சீட்டுகள் குடியிருந்த சொந்தமான ஊரிலிருந்து வரவேண்டுமே!"

"ஓம் சக்தி கடாட்சம்!" தன்னையும் அறியாமல் சொன்னான் சாம்பு. பிறகு மெதுவாக எழுந்து மந்திரியாலய நடைவழியாகப் போனான். சுந்தர் சொன்னது அவன் காதில் ஒலித்தது.

"முறை வாழ்க்கை எங்களை முற்றிலும் வென்றுவிட்டது.

தேகத்தில் பிறவியிலேயே தோன்றும் மச்சத்தைப்போல அது எங்களுடன் ஒட்டிக்கொண்டு விட்டது. சமயத்திற்குத் தகுந்தபடி இந்த முறை மாறி அமையலாம். பட்டை பட்டையாக விபூதி இட்டபடி மூவாயிரம் ஆண்டுகளுக்கு முன்னால் யாரோ சொன்ன துக்கடாக்களை உச்சரித்தபடியும் இருக்கலாம். எங்களைப் போல தேவி கீதம் பாடியும் இருக்கலாம். எதுவாயிருந்தால் என்ன? எங்கேயானால் என்ன? சக்தி கிருகமானாலும் மந்திரியாலயமானாலும், ஆதித்திய நாட்டில் முறை – முறைதான்."

அன்று இரவு நித்திரையில் சாம்பு கண்முன் ஓவியங்கள் தோன்றி மறைந்தன. சாரமற்ற வாழ்விலிருந்து பின்வாங்கும் கலைஞன், இவ்வுலகத்தை வெல்ல அந்த ஆதி மாதாவைப் பணிய ஆரம்பிக்கிறான். அந்த உருவம், அகம், மதி, சித்தம் என்பனவற்றைத் தாண்டி அவன் சித்தத்தை அடைந்து, பிறகு ஓவியமாக வளருகிறது.

கனவில் எவ்வளவோ நிறங்கள், எத்தனையோ உருவங்கள். யுகயுகமாக, தேசந்தோறும், இவ்விதக் கலைஞர்களே, தங்களையும் அறியாமல் தங்கள் அந்தராத்மா தோற்றங்களை மனிதனுக்கு ஊட்டி வருகிறார்களோ! நித்திரையில் ஓம் சக்தி மயமான வர்ணஜாலப் பிழம்பு ஒன்று அவனைப் பார்த்து வந்தது.

எல்லாம் அழகு கொடுத்த இடம்தான். நம் முன்னோர் ஏற்படுத்திய முறைகளை மீறி ஏன் போக வேண்டும்? வாஸுதன் கடைசிப் பெண் சாந்தாவைப்பற்றி எண்ணிப் பார்த்துக் கொண்டான்.

"அப்பா, உங்கள் உள்ளத்தில் பூர்ணத்வம் இல்லை. இருந்தால், நாங்கள் எப்படி உடுத்தாலும், என்ன பேசினாலும் நீங்கள் அதற்கு விசால மனப்பான்மையுடன் இடம் கொடுப்பீர்கள். நீங்கள் எல்லோரும் எங்களை உங்கள் அச்சிலேயே வார்க்கப் பார்க்கிறீர்கள். அதனால் எங்களுக்குள்ள அந்தரங்க ஒற்றுமை

கலையத் தொடங்கிவிடுகிறது. அதைத் தடுக்க நாங்களும் வேண்டுமென்றே, உங்களைப் பரிகாசம் செய்யவென்றே வேஷம் போடுகிறோம்."

"இதெல்லாம் சும்மா ஒரு மகரக்கட்டுநிலையின் கனவுத் தோற்றங்கள்," என்று வாஸு அவளுக்குப் பதில் உரைப்பான்.

வாஸு, சாந்தி போடும் வேஷங்களை நினைத்துப் பார்த்துக்கொண்டான். அழகு அரைமனதுடன்தான் அவளுக்கு, வாஸுவின் தாயார் பெயரை இட்டாள்! அனுரூபவல்லி! சத்யோத்தியாவில் வாழ ஆரம்பித்த பிறகு கூட இந்தப் பழைய சம்பிரதாயங்கள் அவளைப் பின்தொடர்ந்தன. ஸ்தாணுமலை போய் வேண்டிக்கொண்டதால் மூத்தவளுக்கு சக்தி தேவி ரேணுகாவின் பெயரை வைத்துவிட்டார்கள். இளையவளுக்கு வாஸுவின் தாயார் பெயரை வைத்துத்தானே ஆகவேண்டும். அழகுவுக்கோ புதுமோஸ்தர்படி அலங் காரப் பெயர்கள் வைக்கவேண்டுமென்று ஆசை. அத்தானுடைய பெண்ணுக்கு சுரேகா என்று பெயர் வைத்திருக்கிறார்கள். அதுபோல... ஆனால் வாஸுவுக்கு அத்தனை தூரம் போக இஷ்டமில்லை. வேண்டுமானால் வீட்டில் கூப்பிடவென்று ஒரு சின்னப் பெயர் வைக்கலாமென்று சொன்னான். கடைசியில் 'சாந்தி' என்பதும் சக்தியைக் குறித்தது என்று அழகு அந்தப் பெயரைச் சூட்டினாள். வந்தவர்களிடம், "மாமியார் பெயர்தான் வைத்திருக்கிறேன். கூப்பிடுவது கஷ்டமென்று சாந்தியாக ஆக்கினேன்" என்று சரிக்கட்டிப் பேசினாள்.

வாஸுவுக்கு மனதிற்குள் தாங்கல்தான். பெயர் நீளமாக இருந்தால் என்ன? அனூ என்று கூப்பிடக் கூடாதா? அவன் தகப்பனார் அம்மாவை அப்படித்தானே கூப்பிடுவார்? சும்மா, அழகுவின் கபட நாடகங்களில் இதொன்று. அதைப் பார்த்துக்கொண்டுதான் சாந்தியும் இப்போது நாடகங்கள் ஆடுகிறாள். நிஜமாகவே ஆடுகிறாள். சக்திப் பிராகாரங்களுக்குப் போவதோடு நிறுத்திக்கொண்டால் தேவலை. அவள் சக்தி கிருகங்களுக்குள் புகுந்து, கண்டவர்களுடன் பழகுவது.... அழகுவுக்கு அவளை அடக்கும் விதம் தெரியவில்லை. அதுவும்

போதாது என்று தம் மக்களின் யோக்யதாம்சங்களைப் பற்றி வேறு அட்டவணை வாசிக்க ஆரம்பித்துவிடுவாள்.

"என் பெண் சாந்தி சக்தி கிருக மெம்பர்.... தில்பனை சக்தி வீரனாகக்கூட தேர்ந்தெடுக்கலாம்" என்று அவர்களின் அருமை பெருமைகளைப் பற்றி ஓயாமல் பேசுவாள்.

இரவில் காரைப் போட்டுக்கொண்டு எல்லோருமாகக் கிளம்புவார்கள்.

"ஏது, தோசை தின்கலையா?" என்பாள் அழகு.

"தோசையா – நேக்கு வேண்டாம்." இது சாந்தி.

"ஏண்டி வயிறு பசியாதோ?"

"நான் ஏதாவது தின்ன வாங்கிக் கொடுத்துடறேன் அம்மா," என்பான் தில்பன்.

"என்னடா வாங்கிக்கொடுப்பாய்?"

"ஏதாவது, ரொட்டியோ – சப்பாத்தியோ..." அவர்கள் தந்தூரிக் கோழி வாங்கிச் சாப்பிடுவது வாஸுவுக்குத் தெரியும். சிவசிவ! பிராமணனாகப் பிறந்துவிட்டு.....

காலை வேளையில் சரோங்கை மாட்டிக்கொண்டு கீழே புல்தரை வட்டத்திலுள்ள அலங்காரத் தூண்கள் ஒன்றில் சாய்ந்தபடி போவோர் வருவோரைப் பார்த்துக்கொண்டு நிற்பாள், சாந்தி. இளைஞர்கள் அவளைக் கண்டு சீட்டியடித்துக்கொண்டே போவார்கள். சிலர் பக்கத்துவீட்டு சன்னல் வழியாக வேடிக்கை செய்து நமுட்டுச் சிரிப்பு சிரிப்பார்கள். வாஸுவுக்கு இதெல்லாம் கர்ணகடூரமாக இருக்கும். அழகுவிடம் சொல்லுவான். இவன், இந்தக் காலத்துப் பெற்றோரைப் போல குழந்தைகளிடம் நல்ல பெயர் வாங்கப் பிரயத்தனப்படுகிறவன் அல்லன். ஆனால், அழகுவின் காட்டுக் கூப்பாடு அவன் வாயை மூடிவிடும்.

"என்ன செய்யச் சொல்றேன். அவளுக்கு இந்தப் பழக்கம்...

உங்களுக்குப் படுக்கைப் பழக்கம்... தொட்டில் முதல் சுடுகாடு வரையில்..."

அழகு! அவள் அப்படிச் சொன்னாள் அல்லவா? அதற்காகவே இப்போது எழுந்திருக்காமல் படுத்துக்கொண்டு இருக்க வேண்டும். வாஸுவின் நண்பன் பரமேச்வரன் மனைவியிட்ட கீற்றுக்கோட்டைத் தாண்டாமல் நிம்மதியுடன் அசைபோடும் மாட்டைப்போல் படுத்திருக்கிறாள். இவனும் என்ன அவனைப்போல ஒரு அப்பங்காளையா - தலையைத் தலையை ஆட்ட?

இப்படியே எழுந்திருக்காமல் படுத்துக்கொண்டே, ஓம் சக்தி! தாயே! எழுந்திருக்காமல் படுத்திருக்க எனக்கு வரன் கொடு!

"அப்பா"... தில்பன் குரல். "ஆபீஸுக்கு லீவு எழுதிப்போட வேண்டாமா?"

வாஸு பதிலே பேசவில்லை.

அழகு அவனைப் பார்த்து உதாசீனமாகப் பேசினது மட்டுமல்லாமல், அவனுடைய ஆண்மையைப் பற்றி அவனே ஐயப்படும்படி அல்லவா செய்துவிட்டாள். சாந்தி பிறந்த பிறகு அவர்கள் சேர்ந்தே இருக்கவில்லை.

"உங்களுடைய பௌருஷம் எந்தமட்டு"மென்று அவள் கேட்கும்போதெல்லாம் அவன் குன்றிப்போவான். "தைரியமாக ஒரு காரியம் ஆரம்பிக்கும் குணம், பொறுப்பு, உறுதி, இவை இல்லாதவன் எப்படி புருஷனாவான்?"

"நீ எனக்குக் கலவியின்பம் வழங்கினால்தானே என் நெஞ்சம் மூடித்திறக்கும்... நான் ஆணவம் பெறுவேன்? அப்போதுதானே எனக்கு ஒருமை பாவம் கிடைத்து - நான் எல்லாவிதத்திலும் முதிர்ச்சி கொண்ட ஒரு மனிதனாவேன்! பெண்தான் சக்தி. ஆண், செயலற்று சாத்வீகத் தன்மையைக் குறிப்பதாகும்..."

ஏனோ அவன் அப்படி பதில் சொல்லவில்லை. சந்தேகப் புழு

அவனை அரித்துக்கொண்டே வந்தது. அவன், ஒருவேளை, நிஜமாகவே வீரியம் குன்றியவனா?

அழகுவின் முகம், அவள் சிரிப்பு, அந்தச் சிரிப்பில் மோகிக்கும் ஒரு கபட அழகு... முதல் முதல் அதைக் கொக்கியாகப் போட்டு அவனை விலங்கிட்டு இழுத்தபோது அவனுக்கு வெட்கம் பிடுங்கித்தின்றது. அவனால்... அவனால் ஒன்றுமே முடியவில்லை. அதைத்தான் அழகு இப்படிச் சுட்டிக்காட்டுகிறாளா? கனவுத்திரையில் வாஸு முன் அழகழகான இன்ப வடிவுகள் தோன்றி மறைந்தன. வெண்ணெய் போன்ற அந்த மழமழப்பான உருவங்கள் அவனை இறுகத் தழுவி அணைத்தன. அன்புக் குவியல் - அமுத ஊற்று - அப்பப்பா - என்ன ஈடில்லா வனப்பு - என்ன வசீகரிக்கும் நொடிப்பு! அவனுக்கு மயக்கம்போட்டாற்போல இருந்தது.

வாஸு தன் முகத்தைத் தடவிவிட்டுக் கொண்டான். முள்ளுமுள்ளா ரோமம். அவன் வேண்டுமென்றே தீட்சை வளர்க்கவில்லை. எதிரே சுவரிலிருந்த கண்ணாடியில் அவன் முகம் ஊஞ்சலாடியது. ஒரு காலத்தில் வாஸுவின் மாமியார் அவனை "ராஜாவாட்டமாக இருக்கான் மாப்பிள்ளை," என்று சொன்னாள். ஆனால் இப்போது அவன் முகம் விவரிக்க இயலாத ஓர் உருண்டைத் தோற்றம் கொடுத்தது. அவனுடைய சிரிப்பு கூட ஓர் உருண்டைச் சிரிப்பு. பல வருடங்களாக, நிச்சயமில்லாத ஒரு மனப்பான்மை கொண்டதால், அவன் முகத்திலிருந்த திருத்தம் போய்விட்டது.

"அப்பா தூங்கிக்கொண்டிருக்கிறார் என்று நினைக்கிறேன்." சுகுணாவின் குரல் கேட்டது. இரும்பு பீரோவைத் திறக்கும் ஓசை. பிறகு ரேணுகா, சுகுணா, சாந்தி இவர்கள் குசுகுசுவென்று பேசுவதிலிருந்து, இறந்தவள் பொருட்களை எடுத்து அவர்கள் பார்வையிடுகிறார்கள் என்று தெரிந்தது. வாஸுவின் உள்ளம் திடுக்கிட்டது. அழகு குழந்தைகள் அவளுடைய நகை, புடவைகளை எடுத்துப் பார்க்கிறார்கள். அவளுடைய அந்தரங்க ரகசியங்களைப் பகிரங்கப்படுத்துகிறார்கள். அழகுவின்

சாமான்கள்... அவள் பீரோ...

பட்சிகளைப் போலவே ஒவ்வொரு மானிடனும் அவனுக்கு ஏற்றபடி ஒரு கூண்டு அமைத்துக்கொண்டு சாமான்களை சேகரிக்கிறான். இவை நம் தேகத்தில் ஊறும் ரத்தம், மலஜலம் போல் நம்முடனேயே சேர்ந்தவை. அதைப் பிறர் எடுத்துப் பரிசோதிப்பதென்றால்... உள்ளம் கூசாதோ! இவர்கள் எப்படித் துணிந்தார்கள்? சாந்தி குரலில் அமிழ்ந்த இன்பம். இறந்தவர் சொத்துகளை எடுத்துப் பரிசோதிப்பதில் ஓர் அலாதி சந்தோஷமுண்டாகிறது என்று அப்போது அவன் தெரிந்து கொண்டான்.

"இதோ எட்டுக்கல் பேஸ்திரி..." சாந்தி உரக்கக் கூவினாள்.

"உச்..." சுகுணா ஜாக்கிரதைப்படுத்தினாள். "இந்தப் பவளமாலை எங்கம்மா அவருக்கு வாங்கிக் கொடுத்தது."

"இதோ பார்த்தாயா... கெம்புப் பதக்கத்தை? நான் எத்தனை கேட்டும் அதைக் கொடுக்கவில்லை."

"வெள்ளித் தட்டுகளை எடுத்து ஆண்டு அனுபவிக்கக் கூடாதா? எங்கம்மாதானே பண்ணிக்கொடுத்தாள்," என்றாள் சுகுணா. அவர்கள் ஆவலுடன் அழகுவின் பீரோவைத் துழாவினார்கள்.

வாஸுமுன் அழகுவின் சவ முகம் தோன்றிற்று. மிருதுவான அவள் சருமம் அப்போது மாட்டுத்தோலைப் போல் கனத்துவிட்டது. வாய் கிழவியுடையது போல இறுகி மூடி இருந்தது. அந்தச் சமயத்தில் அவளைப்போல் எத்தனையோ பேர் யமலோகத்திற்கு யாத்திரை போய்க்கொண்டிருந்தார்கள். அவளும் அந்தக் கும்பலில் சேர்ந்துவிட்டாள். இனிமேல் உயிருடன் இருந்தபோது அவள் எப்பேர்ப்பட்டவள் என்று யோசிப்பதில் ஏதாவது பிரயோசனமுண்டா? வாழ்க்கையில், அடிப்படைக் கொள்கைகள் கொண்டவர்களானாலும், அனாவசியமாகத் தன்னைத்தானே வதைத்துக்கொண்டவர்களானாலும், ஒருவிதத் தடையுமின்றி மிதமிஞ்சி இன்பம் பருகினவர்களானாலும், கெட்டவர்களானாலும், நல்லவர்களானாலும், யமனின்

கோட்டை வாயிலை அடையும்போது எல்லோரும் ஒரே மாதிரி கைகட்டி நிற்கவேண்டியயதுதான்.

அழகு தன் வாழ்வை சந்தோஷமாகத்தான் கழித்தாள். அதற்கென்ன, அவனை ஏதாவது சொல்லிக்கொண்டிருப் பாள்... அதனாலென்ன? அதைப்பற்றி இப்போதென்ன?

அழகு இறந்தபின்பு அவனுக்கு உண்டாயிருக்கும் சுதந்திரத்தைப் பற்றி அவன் சிந்தித்தான். அவன் இனிமேல் சுதந்திரமாக இருக்கலாம். இஷ்டப்படி வந்து போகலாம், வேண்டுமானால் படுக்கையிலேயே இருக்கலாம். அவனைச் சொல்லுவார் கிடையாது.

அவன் எண்ணங்கள் சட்டென்று தடைபட்டன. ஐம்பத்தைந்து வயதில் சுதந்திரமா? இனிமேல்... அவன்... அழகான... உருண்டைத் தொடைகள்... மார்பகமென்று கற்பனை கூட செய்து பார்க்கமுடியாதே. ஒரு காலத்தில் அவன் கதைகள் கூட எழுதிக்கொண்டிருந்தான். ஒரு பெண்ணின் மிருதுவான உருண்டை பயோதரங்கள். ரோஜாவைப்போல் அவை குவிந்து... அவனுக்கு அவன் எழுதின வர்ணனைகள் கூட நினைவுக்கு வரவில்லை. அழகு! அவன் கசப்பு மிகுந்த கோபத்துடன் நினைத்துக்கொண்டான். அவள்தானே - இன்பமூட்டும் எண்ணங்களை நினைத்துப் பார்க்கக்கூடச் சக்தியற்றவனாக அவனை ஆக்கினாள்?

அப்புறம் பத்து வருஷங்கள் கழித்து, 'உங்களுக்கு இஷ்டமானால்,' என்று ஒருநாள், அதே மோகிக்கும் புன்னகையுடன் அவனை அழைத்தாளே! அப்போது சாந்திக்கு பன்னிரண்டு வயதாய்விட்டது. அவளைப் பார்க்கும்போதெல்லாம், 'உங்கள் நிற' மென்று ஏசுவாள் அழகு. அவன் வெளுப்பாக இருப்பதைக்கூட, அவன் மூலமாகச் சாந்திக்குக் கிடைத்துள்ள அந்த நிறத்தின் பெருமையைக்கூட, அனுமதிக்க அவளுக்கு இஷ்டமில்லை. இனிமேல் எத்தனை சுகமாக, பிடுங்கல் இல்லாமல் இருக்கலாம்?

"புருஷனா லட்சணமா இராமே இப்படி எப்போதும் பயந்துண்டு தீர்மானமில்லாமே..."

அவள்தானே அவனை இப்படி ஒரு கெடுபிடி அற்ற நிலைக்குக் கொண்டுவந்தால், மனிதனுக்கு வேண்டியது ஒரு லட்சியம். அதைக்குறித்து அவன் போகும்போது எத்தனை மோதலுண்டானாலும், அவன் அதைச் சட்டை செய்யமாட்டான், வாஸு வாழ்க்கையில் ஒரு குறிக்கோள் இல்லாமல் ஆனதற்கு யார் குற்றவாளி?

ஆனால் ஒன்று. தோல்வி மூட்டையான அவன், அந்தத் தோல்வி கனம் ஏற ஏற, விதியின் தகர்க்கமுடியாத தோற்றம் அவன் முன் நின்றது. அவன் எப்போதுமே விதியைக் கொண்டாடியிருக்கிறான். அப்படிச் செய்வதில் எதையும் நடத்தும் நிர்ப்பந்தத்திலிருந்து அவன் விடுதலை அடைந்துவிட்டதாக எண்ணினான். அவனைத் தன் இஷ்டப்படி நடக்க வைக்க வேண்டுமென்று அழகு, பிரம்மப் பிரயத்தனப்பட்டாள். ஆனால் அவனோ ஜடமாக இருந்தே வெற்றி பெற்றுவிட்டான். அவன் உயிருடன் இருக்கிறான், அழகு போய்விட்டாள். இது விதியின் செயல் அல்லாமல் வேறு என்னதாக இருக்கமுடியும்? பெருமையில் வாஸுவின் உள்ளம் உப்பிக்கொண்டது. கடைசியில் அவனே ஜெயித்தான்.

வாஸுவுக்கு தாகம் எடுத்தது. எழுந்து அருகிலிருந்து கூஜாவிலிருந்து தண்ணீரை தம்பளரில் விட்டுக் குடித்தான். அதை மாத்திரம் பக்கத்தில் வைத்துக்கொண்டிருந்தான். அவனுக்கு உற்சாகம் குறைந்தாலும் சரி, சுறுசுறுப்பு அதிகப்பட்டாலும் சரி, தாகம் இருக்கும். மறுபடியும் படுக்கையில் சுருண்டு ஈயைப் போலக் குறுகிக்கொண்டான். சக்தியற்றுப் படுக்கையில் படுத்திருப்பதில் ஒருவித சோகை பொருந்திய இன்பமிருப்பதை அவன் கண்டான். எதற்காக எழுந்திருக்கவேண்டும்? இப்படியே....

அரைத் தூக்கம்.

யார் ஸிம்ஹனா? வா. என்ன விசேஷம்? அன்று சொன்னாயே;

அந்தக் கேஸ்தானே? செக்ரெட்டரிக்கு ஒரே பயம். ஜாயிண்டு செக்ரெட்டரி பகிரங்கமாகவே சொன்னான். எப்படியாவது ஏதாவது சாக்குப்போக்குச் சொல்லி பைலை மற்றவன் தலையில் கட்டிவிட்டால்? ஸிம்ஹன்! இந்தப் பயந்தாங்கொள்ளி உலகில் நமக்கு ஒரு நல்ல சந்தர்ப்பம். சமயம் பார்த்து சாட்டையடி கொடுக்கலாம் வா. இதெல்லாம் நமக்குத் தண்ணீர் பட்ட பாடு....

"அரசாங்க முறைகளை அநுசரித்து குறிப்பு எழுதுகிறவன் நான். அதற்கு மாறுதலாகப் போகிறவன், அரசுக்குத் தீங்கிழைக்கிறவன் தானே! போட்டேன் ஒரு போடு - பாரு - அந்த அண்டர் செக்ரட்டரி கழிந்து போய் விட்டான். வீரமும் தீரமும் உறுதியும் கொண்ட என் நோட்டுகள் முன் நிற்பவர்கள் யார்?..."

ஆனால் அன்று இரவே ஆதித்தியன் சொந்த ஆலயத்திலிருந்து அவனுக்கு அவசர அழைப்பு வந்தது. அவன் ஆதித்தியனைப் பார்க்கவில்லை. ஆனால் பார்த்த மாதிரி இருந்தது, அவன் சொற்கள்.

தூக்கத்தில் ஆதித்தியனின் உருவம், டெலிவிஷனில் மங்கலாக மறையும் படம் போல் தோன்றித் தோன்றி மறைந்தது. இதென்ன! திடீரென்று ஒரு புயல்... மூட்டம். சமுத்திர நீரில் அவன் அல்லாடிக்கொண்டிருக்கும்போது திடகாத்திரமான ஒரு பெண்ணுருவம் அவனைக் காப்பாற்றி இழுத்து வந்து கரையில் சேர்க்கிறது. ஓகோ! அழகுவின் முகம்போல் காண்கிறதே!

அவன் விழித்துக்கொண்டான். படுக்கை தெப்பமாக நனைந்து போயிருந்தது. அதுவும் இந்தக் குளிரில் ... அட..... டா..... அவன் தூங்கிவிட்டானா? அப்போது அவன் கண்டது யாவும் கனவா? இனிமேல் அவன் எதற்காகத் தீர்ப்புகள் எடுத்துக்கொள்ள வேண்டும்? அதுதான் அழகு இறந்துவிட்டாளே!

"அப்பா! கொஞ்சம் காப்பியாவது குடியுங்களேன்."

சீ..... சீ.... பிறரிடமிருந்து எவ்விதமான அன்போ சலுகையோ பெற அவன் இஷ்டப்படவில்லை. அப்படிச் செய்வதால்,

பதிலுக்கு அவர்களிடம் நன்றியோ, பிரியமோ காட்ட வேண்டுமே! அவர்கள் வாழ்க்கையில் அக்கறை காட்டிப் பங்குகொள்ள வேண்டுமே! அந்தத் தொல்லை எதற்கு? அவன் நினைவுகளைத் துடைத்துவிட்டு மறுபடியும் திரும்பிப் படுத்தான். கண் சுழன்றது. தூக்கம் தலையைக் கிறுக்கிற்று. வாழ்வின் கசப்பான கசண்டை நாவினால் நக்கி விழுங்கினான்.

மறுபடி மயக்கம்.

ஸிம்ஹன் கேட்டான்: "நீயாகவா போனாய்?"

"இல்லை, நானாக ஒரு ஆபீஸரை அதுவும் ஒரு செக்ரெட்டரியைப் போய்ப் பார்ப்பேனா? அந்தச் சமயத்தில் மந்திரி சுமந்திரன் சக்திவீரர் காரியாலயத்தில் இருந்தான். 'என்னைவிட விஷயங்களை நீ நன்னா எடுத்துச் சொல்லுவாய், வாஸு அரசு முறை விஷயங்கள் உனக்குத்தான் தெரியும். நீ போய் பேசிவிட்டுவா,' என்று மந்திரி என்னை அனுப்பிவைத்தான்."

"செக்ரெட்டரி சட்டநாதனிடம் பேச உன்னையா அனுப்பினான்?"

"சரி, சரி, நான் ஒரு பாபுதான் என்பதைச் சொல்லிக்காட்ட வேண்டாம்."

"உங்கத்தானுக்கு அவனை ரொம்பப் பரிச்சயமாம். உன்னைக்கூட ஆதித்தியன் ஆலயத்துக்குத் தூக்கிப்போட சிபாரிசு செய்தது அவன்தான்னு கேள்வி."

"இருக்கட்டுமே. அதுக்காக? நான் திண்ணை வாஸுதான். வாஸவேச்வரத்திலே என்னை அப்படித்தான் கூப்பிடுவா. கையிலே சாதத் தூக்குடன் அன்றாடம் தெருவோடு கல்லூரிக்கு நடந்து போவான் சட்டநாதன். என்னைவிட அவன் சின்னவன். நான் திண்ணையிலே படுத்திருப்பேன். திரும்பிக்கூடப் பார்க்காமே போவான். அவன் படிப்பிலே மேதாவி என்கிற கர்வம். தலை நிற்காது."

"அதிருக்கட்டும். செக்ரெட்டரி சட்டநாதன் மேல் என்னென்ன குற்றமுன்னு நீ அவனிடம் எடுத்துச் சொன்னாயா? என்ன தைரியம் உனக்கு?"

"சந்தேகமா உனக்கு?"

"இல்லை... இப்படிச் சொல்ல..."

"யானைக்கு ஒரு காலமென்றால், பூனைக்கும் வரும்."

"விஷயம் ஓம் சக்தி நிவாஸ் வரையில் போகுமோ!"

"அவ்வளவுக்கு எங்கே? ஏதோ பைல் புரண்டுகொண்டிருக்கிறது. ஏதோ ஊர்க்காரனாக இருக்கானே, உதவலாமேன்னு போனேன். பதில் பேசினால்தானே!" வாஸுவின் முன் செக்ரெட்டரி சட்டநாதனின் முகம் புகைப்படத்தில் 'குளோஸப்' எடுப்பது போல விரிந்துகொடுத்தது. பிறகு தோன்றித்தோன்றி மறைந்தது. அந்த முகம் கோரமாயும், ரௌத்திரக் களையுடனும், ரத்தச் சிவப்பாயும் தெரிந்தது.

வாஸு உடல் வெடவெடத்தது. இதென்ன குளிர்க் காற்றா? இல்லை, அலை அல்லவா மோதுகிறது? சமுத்திரத்தில் அவன் மறுபடியும் சிக்குண்டு திக்குமுக்காடுகிறான். மறுபடியும் அந்தத் திடகாத்திரமான பெண்ணுருவம் அவனைக் காப்பாற்றுகிறது! அழகு!

உஸ். இந்தப் பனி தோய்ந்த இரவிலா இத்தனை வியர்வை?

"சொக்காய் மாற்றிக்கொள்ளக்கூடாதா?" ஆபிஸிலிருந்து சோர்வுடன் வந்து அவன் அப்படியே படுக்கையில் தொப்பென்று விழும்போதெல்லாம் அழகு கேட்பாள். ஆனால், அவனால் இயலாது. தலைமயிரைச் செவ்வனே வெட்டி, சத்தமாகக் குளித்து, நேர்த்தியான ஆடை அணிந்து... இத்தனை கஷ்டம் யாரால் படமுடியும்.

அழகு அலுத்துக்கொள்ளுவாள். "வாழ்க்கையிலே யுத்தம் போட்டுப் போட்டு நேக்கு அலுத்துவிட்டது. யாரிடமானாலும்

ஒரு வாக்குவாதம், ஒரு போட்டி, ஒரு சண்டை, ஒன்றில் நீங்கள், அல்லது திலீபன், அல்லது ரேணுகா. ஓயாமல் மோதிக்கொண்டு நான் ஓய்ந்துவிட்டேன்."

ஆமாம். அழகு ஓய்ந்துவிட்டாள் - இறந்துவிட்டாள். இருந்தும் அவள் அவன் மனைவியாக இருந்தாள். பெண்தானே மனிதனுக்கு ஒரு வாழ்க்கைத் துணையாக ஏற்படுகிறாள். ஏதோ ஒரு திவ்ய சக்தியினால் அவள்தானே அவனுக்கு இயற்கையின் முரண்பாடான மௌனத்தையும், இதர மனிதர்களின் போட்டியையும், மாறுபாடுகளையும் விளக்குகிறாள்? அவள் செய்யும் அப்பியாசமும் பண்பாடும் ஒரு தனி உரிமையினால் அவள் ஒரு நுண்ணறிவுள்ள பிராணி ஆகிறாள். அவளைத் தீண்டியும் சுகப்பட முடிகிறது. அவளால்தான் அவன் பூர்த்தியடைகிறான். அவளுடன் கலந்து, அதனூடேதான் அவன் சுதந்திரமடையப் பார்க்கிறான். பெண்தான் தேவி. அவள்தான் ஜீவநாடி. அவளே அழிக்கிறாள். அழகு...

அவன் விம்மினான். ஓம் சக்தி! அவனுள் ஏதோ ஒன்று தாயின் ஆதரவுக்காக ஏங்கிற்று. அவள் உதிரத்தின் கதகதப்பான இன்பச் சூட்டிற்காக அவன் ஆசைப்பட்டான். ஆனந்தம் பொங்கும் அந்தக் கணப்பு இப்போது அவனை நெருங்கிற்று. வாஸுவுக்கு உள்ளம் கிளுகிளுத்து, மயிர்க்கூச்செறிந்தது. அன்பு தெய்வம் அவனைக் கூவி அழைத்தது. அவனைச் சூழ்ந்த மூச்சுக் காற்றில் கூட அது விரவி நின்றது என நினைத்தான். மறுபடியும் ஒரு விம்மல். இந்த ஆக்கிரமிக்கும் சக்தியைக் கொண்டு அவன் தன்னையே அழித்துக்கொள்ளப் போகிறான்.

அழகு!

தூக்கத்தில் மறுபடியும் கடலின் ஓசை. அவன் நீரில் முழுகிவிட்டான். ஓம் சக்தி... இதென்ன! பாற்கடல் போலவும்... விஷ்ணு சயனித்திருப்பது போலவும்... அவன் எங்கே இருக்கிறான்? விஷ்ணுவின் முகம் அவனுக்குத் தெரிந்த முகம் மாதிரி இருக்கிறது. யார்? அவன் ஆபீஸர் ராவ் அல்லவா? சீ... சீ... இதோ ஸ்ரீ... அவன் தாயாரைப்போல இருக்கிறதே!

ஒன்றும் நன்றாகத் தெரியவில்லையே! எங்கும் மங்கலான மஞ்சள் நிழல். அவன் கடலுக்குள் நுழைகிறான். ஆதிசேஷனின் கரிய தோற்றம் எங்கும் நிறைந்திருக்கிறது. பற்பல மீன்கள். அவன் தசைநார்கள் தொய்ந்து தனித்தனியே பிளந்து விட்டது போலத் தோன்றிற்று. அவனால் மூச்சுவிட முடியவில்லை. சமுத்திரத்தின் ஆழத்தில் நெடுந்தூரம் போகிறான். இனிமேல் மேலே எழும்பவே முடியாதோ. இங்கேயே இப்படியே இந்த ஓட்டும் இருளில் ஒரு கொள் கொள் மீனாக நிரந்தரமாகப் படுத்துவிடுவானா! சேஷனின் கரிய தோற்றம் எங்கும் பரவி நிற்கிறது. இதோ அதன் வாய்... மைய இருள் கொண்ட அந்தக் குகைத் துவாரத்தில்... தேவி... தேவி... நீயே துணை. என்னை ஆட்கொள். ஓம் சக்தி, ஓம் சக்தி கடாட்சம்.

"சுகுணா, திலீப்... ஓடிவாங்கள்... அப்பா ஒரு மாதிரி இருக்கார்." ரேணுகா கூச்சல் போட்டாள். மற்றவர்கள் ஓடிவந்தார்கள்.

"அப்பா எப்படியோ படுத்துண்டு இருக்கார்." திலீபன் வாஸ்வின் நாடியைத் தொட்டுப் பார்த்தான். பிறகு மறுவார்த்தை சொல்லாமல் டாக்டரை அழைத்துவர ஓடினான்.

பாபு வாஸ் இறந்துவிட்டான். ஆதித்தனுடைய அந்த ரங்கக் காரியதரிசிக்கு வலக்கையாக விளங்கிய வாஸ் மரணமடைந்துவிட்டான். மந்திரியாலயங்களில் ஒரே குழப்பம். இனிமேல் பைல்கள் உலாவ யாரைப் பிடிப்பது? நாட்கள் போகப்போக சாம்புவின் விசாரம் பலத்தது. மதர்லாந்திலிருந்து நற்சாட்சிப் பத்திரங்கள் இன்னும் வந்து சேரவில்லை. இதற்கும் ஸிம்ஹன் மந்திரியாலய பாபுக்களைக் குடைந்தெடுத்தான். ராஜேந்திரனால் காரியமாகவில்லை என்று கண்டதும் அவன், சக்திவீரர் மந்திரியாலயத்தின் மற்றொரு செக்ஷனைப் பற்றிக்கொண்டான். அங்கே இருந்த ஸேனாஸேட் மூலமாக விஷயத்தை அறிய சாம்பு அவனைத் தேடிப்போனான்.

ஸேனாஸேட்டு டீயை ஸாஸரில் விட்டு உறிஞ்சினான். எதிரே

சாம்பு உட்கார்ந்திருந்தான். அந்த இடம் ஒரு நாகரிகமான கேன்டீன். "இன்னும் கொஞ்சம் தூள் பக்கோடா கொண்டு வரச் சொல்லட்டுமா?" என்று சாம்பு கேட்டான்.

ஸேட் எதிரில் ஒரு தட்டு மைசூர் பாகு, இரண்டு ஸ்பேன்லாடு, ஒரு தட்டு கோல்டு கோவர் இவ்வளவும் இருந்தன.

ஸேட் பதில் சொல்லாமல் நாக்கால் மீசையை நக்கிக் கொண்டான். பிறகு சுவாரஸ்யமாகத் தின்ன ஆரம்பித்தான். வேறு வழியில்லாமல் சாம்பு இன்னுமொரு தட்டு பக்கோடா கொண்டுவரச் சொன்னான்.

"என் பர்மிட் அப்ளிகேஷன் தொலைந்துபோன விஷயம் தெரியுமா?"

"ஊஹூம். அதுதான் எங்கள் மந்திரியாலயத்தை விட்டு அப்போதே புறப்பட்டுவிட்டதே!"

"என்ன?" சாம்புவுக்குத் தூக்கிவாரிப்போட்டது.

"நிச்சயம்தானே," என்று பறக்கப் பறக்கக் கேட்டான்.

"ஆமாம். பத்து நாட்களாகின்றன."

அவனுக்கு ஆச்சரியம் தாங்கவில்லை. பத்து நாட்களுக்கு முன்தானே ராஜேந்திரன் அவன் பைல் காணாமற் போய் விட்டதாகச் சொன்னான்!

"நீ பைலில் என்ன எழுதினாய்?"

"சாதுக்களைத் தவிர மற்ற ஒருவருக்கும் இதுவரையில் பர்மிட்டு கொடுத்ததில்லை என்று எழுதியிருக்கிறேன்."

"அப்படியா?"

ஸேனாஸேட் தலையை ஆட்டினான்.

இருக்கலாம்.

அவன் சொல்லுவது ஒருவேளை நிஜமாக இருக்கக்கூடும். மதர்லாந்திலிருந்தும், மற்ற மேல்நாட்டிலிருந்தும் எத்தனையோ பேர் ஆதித்திய நாட்டிற்கு வந்து போய் இருக்கிறார்கள். அவர்களில் ஒருவர்கூட சக்தி நிவாஸுக்குப் போய் வந்ததாகச் சொல்லவில்லை. தம் சந்தேகங்களைத்தான் பலவித கற்பனை ஊகங்களாக வெளியிட்டிருக்கிறார்களே ஒழிய....

"இப்போது அந்தப் பைல் எங்கே இருக்கென்று தெரியுமா?"

"ராணுவ மந்திரியாலயத்திற்கு அனுப்பினேன். பந்துலு செக்‌ஷனுக்குத்தான் போயிருக்கும். அது அங்கேதானிருக்கிறதோ – அல்லது 'பண்பும் கோவில் பணியும்' ஆலயத்திற்குப் போய்விட்டதோ – தெரியாது!"

ஸேனாஸேட் டிபன் சாப்பிட்டு முடித்துவிட்டான். இனி மேல் அவனால் ஆகவேண்டியது ஒன்றுமில்லை. ஸிம்ஹன் சொன்னபடி அவனை இங்கே அழைத்துவந்து வயிறு நிரம்பக் கொடுத்தாய்விட்டது. ராஜேந்திரனுக்குத் தெரியாமல் அவனிடம் பேசவேண்டுமென்று ஸிம்ஹன் அவர்களை இங்கே சந்திக்க ஏற்பாடு செய்திருந்தான். 'ஸேனாவுக்கு டிபன் பிடிக்கும். அதுவும் ஸ்பேன்லாடு – கோல்டு கோவர் என்றால் உயிர்' என்று எச்சரித்து இருந்தான்.

சாம்பு பந்துலுவைப் பார்த்துச் சிரித்தான். பந்துலு முகம் நீண்டது. "பைலை அனுப்பித்துவிட்டேன் என்று அவர்கள் சொன்னால் போதுமா? இங்கே இருக்கிறதாவென்று செக் செய்துதானே உறுதியாகச் சொல்ல முடியும்."

அவன் அலுப்புடன் சப்ராஸியைக் கூப்பிட்டான். இந்த விடாக்கண்டன்களைப் பார்த்தால் அவனுக்குக் கோபம்தான் வரும்.

'பகவத்.' அந்தச் சப்ராஸி வந்து நின்றான். நின்றான் என்றால், நின்றுகொண்டே எத்தனை தூங்கிவழிய முடியுமோ அத்தனை மெளடிகத்துடன் நின்றான் என்று சொல்லலாம். சாம்பு கவனித்தான். நீண்ட வாழைக்காய் முகம் – யுக யுகாந்திரமாக

மெய் உணர்வில் தொடுக்கப்பட்ட அந்த ரோதனத்தினால் அது இன்னமும் அதிகமாகத் தொங்கிற்று. கண்கள் அகன்று விழிகள் பிதுங்கி நின்றன. "என்ன வேண்டு" மென்று அவன் அலட்சியத்துடன் கேட்டான்.

"அந்த ஏ பர்மிட்டு பெல் எங்கே?"

"எது? சக்தி நிவாஸ் போகவா?"

பந்துலு தலையை அசைத்தான்.

பகவத் சாம்புவை ஏளனத்துடன் பார்த்தான். 'இதுகூடத் தெரியாதா ஐயா? உனக்கு புத்திகித்தி இருக்கா இல்லையா? பரிமிட்டை இங்கே அனுப்புவதற்கு முன்னால் பாபுவை வந்து பார்க்கவேண்டாம்?' என்று சொல்லுவது போலிருந்தது அந்தப் பார்வை.

சாம்பு அரண்டு போய்விட்டான்.

பந்துலு கனைத்துவிட்டுக்கொண்டான். பிறகு சப்பிராஸியின் மிடுக்கைக் கவனிக்காதது போல, "பைலை எடுக்கிறாயா?" என்று அதட்டும் குரலில் கேட்டான். பகவத் தன் முகத்தை மாற்றி அமைத்துக்கொண்டான். பிறகு தலையைச் சொரிந்த வண்ணம் உள்ளே போனான்.

தன் ஹோதாவுக்குப் பங்கமில்லையென்று காட்டிய பிறகு பந்துலு சொன்னான்: "இங்கே ஆயிரக்கணக்கான பைல்கள் வந்துபோகின்றன. அவை எந்தச் சமயத்தில் எங்கே இருக்கின்றனவென்று 'பகவத்'துக்குத்தான் தெரியும். அவன் என்னடாவென்றால் இப்படி எடக்குப் பண்ணுகிறான்."

சாம்புவுக்குப் புரிந்துவிட்டது. பயத்தினாலோ, அசிரத்தையினாலோ பந்துலுவுக்கு இது விஷயத்தில் தலையிட இஷ்டமில்லை. அவன் அவ்விடம் விட்டுக் கிளம்பினான்.

கதவருகில் வந்தவுடன் அங்கே ஒரு நிழல் தெரிந்தது. பகவத், ஒரு மேஜை அருகில் உட்கார்ந்துகொண்டு தேங்காய் அடுக்குவது

போல பைல்களை அடுக்கிக்கொண்டிருந்தான். "பகவத்!" சாம்பு கை பைக்குள் போயிற்று. பகவத் இளித்தான். அவர்கள் இருவரும் ஒரு ரகசியத்திற்குப் பங்காளிகள்.

"பாபுஜீ, பர்மிட்டை நாளைக்கே கோவில் பணி ஆலயத்திற்கு நானே கொண்டுபோய்க் கொடுக்கிறேன்."

"செக்ரெட்டரி பார்க்க வேண்டாமா?"

"பைல் அங்கேதானே இருக்கு!"

"என்ன? அதை நேற்று செக்ரெட்டரி என்னிடம் சொல்லவில்லையே!"

பகவத் தன் பற்களை – அவை நீளமாக, மாட்டின் பற்களைப் போல சுளைசுளையாக இருந்தன – காட்டி இளித்தான். "ஊருக்குப் புதுசுன்னு தெரியறது. இப்போதெல்லாம் யார் ஆர்டர் போடறா – அது எப்போ போடணும், எங்கே அனுப்பணும் – என்றெல்லாம் ஒத்தருக்குமே தெரியாது. பாபுவுக்கு மனசுக்குள்ளே ஒரு சஞ்சலம். தான் ஏதாவது எழுதினா பாபுங்க என்ன அபத்த பட்டம் கட்டுவாங்களோன்னு செக்ரெட்டரி அவதிப்படறாரு. மந்திரிங்க ஆதித்தியனுக்கு பயப்படுறாங்க. பிழைப்புப் போயுடுமே. ஜனசபை, ஜனங்களைக் கண்டு பயந்து பேச்சுப் போட்டியிலே குமையறது. ஜனங்களெல்லாம் ஆதித்தியனோ... அது கிடக்கட்டும், சும்மா இரு பாபுஜீ. கடைசியிலே பந்துலு ஏதோ எழுதுவான்; செக்ரெட்டரி முன்னாலே நான் பேப்பரை வைப்பேன்; கையொப்பம் விழும். விஷயம் நடந்துபோகும், என்னா..."

அடுத்த நாள் பைல் கோவில் பணி ஆலயத்தைச் சேர்ந்துவிட்டதாக சாம்புவுக்குத் தகவல் வந்தது.

"பண்பும் கோவில் பணியும் மந்திரியாலயத்தில் நம் மாப்பிள்ளை இருக்கான். போன் செய்கிறேன்" என்றான் ஸிம்ஹன்.

சாம்பு விழித்தான்.

"திலீபன்தான். என் தங்கையின் மச்சினன் மாப்பிள்ளை. நாங்கள் அவனை மாப்பிள்ளை என்றுதான் கூப்பிடுவோம். வாஸவேச்வரம் அல்லவா?"

"யார் மாப்பிள்ளையா? என்னா?" ஸிம்ஹன் குரல் போனில் கரிசனையுடன் ஒலித்தது. ஊர்க்காரன்; வாஸுவுக்கு வேண்டியவன்; சுகுணாவுக்கு உறவு. பார்க்காமல் எப்படி இருக்கமுடியும். திலீபன் அவர்களைக் காணச் சம்மதித்தான்.

"இல்லை, ஆதித்தியன் காரியாலயத்தில் உனக்குத் தெரிந்தவா இருக்காமே போவாளா? எப்படியாவது இதை அங்கே தள்ளிவிடு. வாஸுதான் போய்விட்டான். நீயாவது..." ஸிம்ஹன் முகத்தைத் தொங்கப்போட்டான். வாஸவேச்வர முறைப்படி சாம்புவும் முகத்தைத் தக்கவாறு நீட்டிக்கொண்டு, அனுதாபம் பொருந்திய சில வார்த்தைகளை முணுமுணுத்தான். பிறகு திலீபனுடைய நெளிநெளியான கிராப்புத் தலையையும் காந்தக் கண்களையும் சந்தேகத்துடன் பார்த்தான். இவன் என்ன சொல்லப்போகிறான். இவனைப் பார்த்தால் பாபு மாதிரியே இல்லையே. சக்தி மண்டபத்தில் ஆடும் யுவர்களைப் போல் அல்லவா இருக்கிறது. திலீபன் சக்தியுகத்தில் பிறந்தவனாக இருக்கலாம். ஆனால் அவன் ரத்தத்தில் வாஸவேச்வர மரபுகள் ஊறி இருந்தன. கட்டுக்கதைகள் மாத்திரமே வேறு விதம். அதாவது, சக்தி தலைமுறையைப் பின்பற்றி அவன் சவுடாலாய்ப் பேசினான். கூச்சம், சுரணை, அச்சம் இவை வர்ஜ்யம். வறட்டு கௌரவமும், ஆர்ப்பாட்டமும் நிறைய.

"ஆதித்தியனுக்கும் எங்கள் 'கோவில் பணி' ஆலயத்துக்கும் நெருங்கின பிணைப்புண்டு. நான் ஒரு நோட்டு எழுதினால்..." திலீபன் சிரித்தான். அப்பா! மோகவலை வீசும் அந்தச் சிரிப்பில் எத்தனை அர்த்தம். அதாவது அவனுடைய சாதுர்யம், அவன் நோட்டு எழுதும் திறமை, ஆதித்தியனுக்கு அவனிடம் இருக்கும் தனி விசுவாசம்...

அவன் மேலும் சொன்னான்: "அப்பா இருக்கும்போதே ஆதித்தியன் எனக்கு அடிக்கடி சொல்லி அனுப்புவான்.

அப்பாவைக் கேட்காமே அந்த இடத்திலே... பார்ப்போம், என்னாலே முடிந்தவரையில் நான் முயற்சி செய்யறேன். நீயும் ஒண்ணு செய். எங்க கோவில் பணி மந்திரி ஜயந்தனைப் பார்த்து ஒரு கும்பிடு போட்டுவிடு. சும்மா. யோகக்ஷேமம் விசாரிச்சாப் போதும். அம்புட்டுதான். மற்றபடி நான் பார்த்துக்கறேன்."

"சும்மா சவுடால்.... என்ன பேச்சு... அவனே ஆதித்தியன்னுகூட....." வெளியே வந்ததும் அவன் பொறுமையை இழந்தான்.

சாம்பு தன் அறையில் குறுக்கும் நெடுக்குமாக நடந்தான். என்ன செய்தால் பர்மிட் கிடைக்கும்? பாடுக்கள் மிக்க செல்வாக்குக் கொண்டவர்கள்தாம். பெருமைக்கு ஆசைப்பட்டோ, அல்லது முகஸ்துதியில் மகிழ்ந்தோ, பைலை ஊர்ந்து நகரவாவது வைப்பார்கள். ஆபீஸர்களிடம் போனால் அதுகூட நடக்காது. 'ரெட் டேப்' என்ற கட்டுப்பாட்டைவிட பீதி அங்கே கூத்தாடி பயங்கரத் தோற்றங்கள் அளித்தது.

குற்றஞ்சாட்டல் இப்போது வேறுவிதமாக மாறிவிட்டது. குற்றம் செய்யும் ஒவ்வொரு ஆபீஸரும் நேரே சக்தி ஆலயம் சென்று, அங்கே ஒரு மண்டலம், பிராயச்சித்தங்கள் செய்ய வேண்டுமென்று அரசு விதித்திருந்தது. திரும்பி வந்து பார்க்கும் போது அனேகமாக அவனிடத்தில் மற்றொருவன் இருப்பான். வேறு கதியில்லாமல் அவன் ரிட்டயர் ஆகவேண்டிவரும். இந்த விபத்துக்கு உள்ளாக ஒருவரும் தயாராக இல்லை. அதனால், ஆபீஸர்கள் பைல்களை உருட்டியபடியே இருந்தார்கள். இந்தப் பத்து வருஷங்களில் இவர்கள் வீரியம் குன்றிப் பிழிந்தெடுத்த சக்கையைப் போல...

மந்திரியிடம் போகலாமென்றால், அவர்கள் சதாசர்வ காலமும் விளையாட்டில் முழுகிக்கிடந்தார்கள். ஜனசபைப் போர்கள், கட்சி குஸ்திகள், தேர்தல் போட்டிகள் என்று அரசியல் விளையாட்டு மும்முரத்தில் அவர்களுக்கு எதையும் கவனிக்க சமயமில்லை. வாழ்க்கையில் கலக்கமும் களங்கமும் உண்டாகும் இந்த விளையாட்டு அவர்களுக்கு ரொம்பவும் பிடித்தமானதாக இருந்தது.

முதலில் மந்திரி ஜயந்தனையும் அப்புறம் ஆதித்திய ஆலய விஜயகுமாரையும் பார்ப்பது; ஸிம்ஹனிடம் வேண்டுமானால் விஷயத்தை அப்புறமாகச் சொல்வது என்று தீர்மானித்தான், சாம்பு.

மந்திரி ஜயந்தன் பார்ப்பதற்கு ஒரு ராஜபார்ட்டு தோற்றம் கொடுத்தான். நீண்ட கோட்டு, தலையில் தலைப்பாகை, முகத்தில் குறுக்கு மீசை. இதற்கும், அவனுடைய அட்டகாசப் பேச்சுக்கும் கோவையாக இருந்தது. சாம்பு மதர்லாந்திலிருந்து வந்ததால் அவனுக்கு ஏகப்பட்ட வரவேற்பு.

"நான் கூட வீட்டில் மதர்லாந்து அரைக்கும் மெஷின் வைத்திருக்கிறேன். போன மாதம் அது வீண்போனதும் அந்த மதர்லாந்து கம்பெனிக்கு எழுதிப்போட்டேன். பாருங்கள், அவர்கள் இலவசமாகவே புதிய பார்ட்டு அனுப்பிவிட்டார்கள்." அவன் சந்தோஷத்தினால் கடகட வென்று சிரித்தான். "மந்திரி ஸ்ரீதரனும் எழுதினான் - அவனுக்குக் கிடைக்கவில்லை."

"ஸ்ரீதரன் சமீபத்தில் வெளிநாடு போயிருந்தானோ!"

"ஆமாம். சுசிலாந்துக்குப் போய் வந்தான். அதென்ன பிரமாதம்? அடுத்த மாதம் ஆதித்தியன் என்னை வியாபார விஷயமாக பாதர்லாந்துக்கே அனுப்புகிறான். அந்தத் தேசத்தில் கிடைக்காத கருவிகள் கிடையாது. எத்தனை 'ஷாப்பிங்' வேணுமானாலும் செய்யலாம்."

"வியாபாரம் - மந்திரி ஸ்ரீதரனுடைய இலாகாவைச் சேர்ந்ததில்லை?"

"ஆமாம். ஆனால் - இது நான் சொல்வதில்லை. ஆதித்தியனே சொன்னது - கொஞ்சம் உறுதியுடன் அடித்துப் பேசுகிறவன்தான் இந்தக் காரியத்தைச் சாதிக்க முடியும்... பாருங்கள்... நம் தேசத்தில்..."

சாம்பு அலுப்புடன் தாழ்வாரத்திற்கு வந்தான். இம்மாதிரி பிறரைப் பழிப்பதில் மனதிற்கு ஒருவித நம்பிக்கை ஊட்டும்

உறுதி உண்டாகலாம். ஆனால் இப்படிப் பேசிப் பேசி, இவர்கள் ஆழ்ந்து யோசிக்கும் சிந்தனைத் தெளிவை இழந்து மந்தமாக ஆகிவிட்டார்கள். தேசீய உல்லாச வழிகளுக்கும், இந்த மனப்பூர்வமற்ற பாவத்திற்கும் ஒரு கோடு போட்டுப் பார்த்தால், ஒற்றுமை இருக்கிறது. ஏதோ ஒன்று இவர்களை இப்படி உந்தித் தள்ளுகிறது. உல்லாச ஆட்டமானாலும் சரி, ஆலயத்தில் பைலானாலும் சரி, மந்திரிசபைப் போட்டியானாலும் சரி, ஏதோ ஒன்று இவர்கள் உள்ளத்தில் விரவி நிற்கிறது. அதனால் தொழில் நாகரிகம் கொண்ட சத்யோத்தியாவில் கோணலும் கோணங்கியுமாகக் கைகோத்து நிற்கின்றன. கடைசிமுறையாக ஆபீஸர் விஜயகுமாரைப் போய்ப் பார்ப்பது. காரியம் கைகூடாவிட்டால் மதர்லாந்துக்குத் திரும்பிவிடுவது என்று நிச்சயம் செய்து கொண்டு அங்கே போகப் புறப்பட்டான்.

ஆதித்தியனுடைய சொந்த ஆலயம் ஒரு தனிக் கட்டிடம். அரண்மனைக்கு அடுத்த ஒரு பூங்காவில் அது இருந்தது. லலிதாதித்தியன் நாட்களில் அந்தக் கட்டிடம் கோடைகிருகமாக இருந்தது. உள்ளே போனவுடன் ஸ்தூபியிலுள்ள கண்ணாடிச் சன்னல் வழியாக சூரிய வெளிச்சம் நடைகளில் ஒளிந்து விளையாடியது. இதைக் கண்டதும் இருள் குகைகளான செக்ரெட்டேரியட் பாதைகளில் இத்தனை நாட்களாக நடை போட்ட, சாம்புவுக்கு உற்சாகம் மூண்டது. கறுப்புமுகம் பொலிந்து, களையுற்றது. நடுமத்தியானம் பன்னிரண்டு மணிக்கு விஜயகுமாரிடம் சாராய நாற்றமடித்தது.

"வா, வா, ரொம்ப நாளாச்சு..." அவன் சாம்புவின் பழைய சத்யோத்தியா நண்பன்.

"உன்னை வீணாகச் சிரமப்படுத்த..."

"அதெல்லாமொன்றுமில்லை..." ஏப்பென்று அவன் ஓர் ஏப்பம் விட்டான். அறையில் குப்பென்று மேலும் நாற்றம் பரவியது. சாம்பு அவனை முன்பு பார்த்தபோது இருந்த ஆரோக்கியம் இப்போது அவனிடம் இல்லை. 'எதற்காக இப்படிக் குடிக்கிறாய்?' என்றுகூட அவன் ஒரு தரம் கேட்டதுண்டு.

"எனக்கு அப்போது வயது இருபது. மதர்லாந்தில் படித்துக்கொண்டிருந்தேன். ஒருநாள் மாலை, பனிமூட்டம் வெடவெடக்கும் குளிர். திடீரென்று எதிர்பார்க்காத ஒரு அவசரச் செய்தி கிடைத்தது. என் தாயார் மாரடைப்பில் இறந்துவிட்டாள். திக்பிரமை பிடித்து ஒன்றுமே புரியாமல் நான் அப்படியே சமைந்து உட்கார்ந்துபோய்விட்டேன். அவள் பால்யத்தில் விதவையானவள். நான் ஒரே பிள்ளை. எவ்வளவோ கஷ்டப்பட்டு என்னை வளர்த்து, தனக்கிருந்த கொஞ்ச சொத்தை எப்படியோ சேர்த்துக் கூட்டி, என்னை வெளிநாட்டிற்கு அனுப்பிவைத்தாள். நானோ அவளுடைய சிரமத்தைச் சிறிதும் உணராமல், மதர்லாந்தில் ஊதாரியாகத் திரிந்துகொண்டிருந்தேன். தாய் இறந்தாள் என்ற செய்தி படீரென்று ஓர் உணர்வை எனக்கு விளக்கிற்று. நான் தோல்வியுற்றவன். என் கடமையிலிருந்து வழுவினவன். அதிலிருந்து இந்த முறிவு என் உள்ளத்தைப் பாதித்து, அதை அறுத்து, என்னைப் பைத்தியமாக்கிற்று. நண்பர்கள் எனக்கு ஆறுதல் கூற என்னை, வேடிக்கைகளுக்கும் கேளிக்கைகளுக்கும் அழைத்துப் போனார்கள். நான் குடிக்க ஆரம்பித்தேன். என்ன ஆச்சரியம்! குடித்தால் எனக்கு ஒரு தைரியம் பிறந்தது. அந்தரங்கத்தின் குறுகுறுப்பு அமுங்கினாற்போல் தெரிந்தது. அதைச் சாப்பிடச் சாப்பிட அல்லல்விட்டு, மறதிமூண்டு ஆனந்தம் பெருகுகிறது... இப்போது சத்யோத்தியா யுவர்கள் இந்த வழியைக் கைப்பற்றிவிட்டார்கள். மனதில் குறுகுறுப்பை அடக்க, இதயத்திற்கு இதமாக, ஒரு கதகதப்புமூட்ட, சக்தி கர்ப்பக்கிரகங்களில் பானம் வழங்கப்படுகிறது.

விஷயத்தை விளக்கினான் சாம்பு.

"எங்கள் ஆலய பாபு ராஜ் சொன்னான். ஏதோ குறுக்குக் கேள்வி கேட்டு, பைலை ராணுவ மந்திரியாலயத்திற்குத் திருப்பிவிட்டானாம்."

"ஐயோ!" சாம்பு அப்படியே சமைந்து உட்கார்ந்துபோய்விட்டான்.

"கவலைப்படாதே. பைலை நான் எப்படியாவது

தருவித்துவிடுகிறேன். ஆனால் ஆதித்தியன் சம்மதிக்க மாட்டான்."

"மதர்லாந்தில் சக்தி நிவாஸைப்பற்றித் தப்பெண்ணம் கொண்டிருக்கிறார்கள். மதத்தின் பூடகமான, ரகசியத் தோற்றத்தில் பற்றுவைத்து, அதையே பின் தொடர்ந்ததால், நம் தேசத்தின் உயிர்நாடி சிதைந்துவிட்டதாக அவர்கள் நினைக்கிறார்கள். இந்த அபிப்பிராயத்தைத் துடைத்தெடுக்க வேண்டுமென்று எனக்கு ஆசை. என் நோக்கத்தை நீ எடுத்துக்கூறினாயானால் ஒருவேளை அவன் சம்மதிக்கலாம்."

"இது விஷயத்தைப்பற்றி வெளிநாடுகளில் நடந்து வரும் சர்ச்சைகளை ஆதித்தியன் அறிவான். ஆனால் அவன் லட்சியம் செய்யவில்லை."

"அப்படியா சொல்லுகிறாய்? ஆதித்திய நாடு மதர்லாந்தின் அபிப்பிராயத்திற்கு மதிப்புகொடுக்கிறது என்றல்லவா நினைத்தேன்!"

"அது அந்த நாளைய சமாசாரம். இப்போதுதான் நாம் கேட்காமலே நம் கையில் அவர்கள் திரவியத்தைத் திணிக்கிறார்களே! அங்குள்ள பொருளாதார நிலைமை அப்படி இருக்கிறது!"

"பணம் கிடக்கட்டும். நல்ல அபிப்பிராயம்? அது நமக்குத் தேவையில்லையென்று எப்படிச் சொல்ல முடியும்? மதர்லாந்து, நமக்கு, நம்மைவிடச் சற்று மேம்பட்ட அடுத்த வீட்டுக்காரனைப் போல் ஆகும். அவன் நம்மைப்பற்றி என்ன நினைக்கிறான்; நம்மை உயர்த்திப் பேசுகிறானா அல்லது தாழ்த்திப் பேசுகிறானா? அவன் மகனுக்கு சம்பள உயர்வு எந்த மட்டும்? பெண் கலியாணம் எப்படி நடந்தது? இதுபோன்ற போட்டி எண்ணங்கள் நம் தேசத்தாருக்கும் அதிகம். அதனால்தான் மதர்லாந்து சென்று வந்தவர்களுக்கு இன்னமும் கௌரவம் அதிகம். அப்படியே அங்கிருந்து வரும் சாமான்களுக்குக் கிராக்கி கூடுதல். அப்படியே அங்கே புகழோ, கீர்த்தியோ

பெற்றுவரும் எழுத்தாளர் புத்தகங்கள் விற்பனையாகும். பாடகன் ஆனால் அவன் மதர்லாந்தில் கச்சேரி கொடுத் திருக்க வேண்டும். ஓவியனானால் அவன் அங்கே காட்சிகள் வைத்திருக்க வேண்டும். இந்தக் காரணத்தினால், ஆதித்திய நாட்டுத் தொழிற்சாலைச் சரக்குகள் வெளிநாடுகளுக்குப் போகாவிட்டாலும் - வருடந்தோறும் நம் யுவயுவதிகளை ஏராளமாக நாம் வெளியே ஏற்றுமதி செய்கிறோம்.”

விஜயகுமார் இந்த நீண்ட பிரசங்கத்தைக் கேட்டுச் சிரித்தான். “சரி சார். நான் ஆதித்தியனுடன் பேசிப்பார்க்கிறேன்.“ என்று உறுதி கூறினான். அந்தச் சமயத்தில் அவன் மேஜை மேலிருந்த ஆதித்தியனுடைய சொந்த டெலிபோன் மணி அடித்தது. விஜயகுமார் பரபரப்புடன் அதை எடுத்துக் காதில் வைத்துக்கொண்டான்.

ஆதித்தியன் குரல் சாம்புவுக்குத் தெளிவாகக் கேட்டது.

“விஜயகுமார்? இந்த சக்திநிவாஸ் பர்மிட்டை இங்கே வர ஏன் சம்மதித்தாய்? உனக்குத்தான் என் அபிப்பிராயம் தெரியுமே!”

“ஸர்வோத்தமா - இதோ நேரில் வந்து... தங்களுக்கு...” விஜயகுமார், டெலிபோனைக் கீழே உதறிவிட்டு, எடுத்தான் ஓட்டம். சாம்புவுக்கு தைரியமுண்டாயிற்று. பைல் கடைசியில் எப்படியோ ஆதித்தியனைச் சேர்ந்துவிட்டதுபோல் இருக்கிறதே! எதுவானாலும் சரி - இனிமேல் இரண்டில் ஒன்று விஷயம் தீர்ந்துபோய்விடும்.

இரண்டு நாட்கள் கழித்து ‘மாப்பிள்ளை’ சாம்புவைப் பார்க்க வந்தான். “ஆதித்தியன் அநேகமாக சம்மதித்த மாதிரிதான்.”

“என்ன?” தன் காதுகளை நம்பமுடியவில்லை. ஒரு குதியுடன் எழுந்து நின்றான்.

“ஆமாம். நான் எழுதினேன் அல்லவா? அந்த நோட்டின் வேலை. சொல்லுகிறபடி சொன்னால்... ஆனால் ஒரு நிபந்தனை...”

அதென்ன என்பதுபோல சாம்பு அவன் முகத்தைப் பார்த்தான்.

"சக்திநிவாஸைப் பற்றி எழுதுகிற விவரங்களை எல்லாம் ஆதித்திய அரசு பார்வையிட்டு அனுமதி கொடுத்தால்தான்…"

சாம்பு அவசரமாகக் குறுக்கிட்டுப் பேசினான்: "ஆகா, நன்றாகப் பார்த்துக்கொள்ளட்டுமே! எல்லாவற்றையும் உங்களுக்கே அனுப்பிவைக்கிறேன். எங்கே அனுப்ப வேண்டும்?"

"ஆதித்தியனுடைய சொந்தக் காரியாலயத்தின் செக்ரெட்டரிக்கு."

"மாப்பிள்ளை! என்னால் நம்பவே முடியவில்லையே! இத்தனை நாளாகப் பாடுபட்டு…. காரியம் கைகூடாதூன்னு நினைத்த சமயத்திலே…" சாம்பு பேசமுடியாமல் திணறினான்.

'மாப்பிள்ளை' என்னும் திலீபன் முகத்தில் ஒரு ரகசிய முறுவல் பூத்தது. 'சரியான நோட்டு எழுதினால் எப்பேர்ப்பட்டவனும்… ஆதித்தியன்கூட மசியாமல் இருக்க முடியாது' என்றது அந்தப் புன்னகை.

"சரி, நான் வருகிறேன். பர்மிட் ஆர்டர் வரட்டும். அதற்குப் பிறகு பொறுப்பு கோவில் பணி' ஆலயத்தைச் சேர்ந்தது." இந்த இடத்தில் மாப்பிள்ளை தன் கண்களை நாணத்துடன் புதைத்துக்கொண்டான். தன்னைப் பற்றித் தானே சொல்வது ஏற்காத காரியம் போலக் கொஞ்சம் தயங்கினான். பிறகு சிரித்துக்கொண்டே மேலே சொன்னான்: "அநேகமாக சக்திநிவாஸ் போகவேண்டிய ஏற்பாடுகளை நான்தான் செய்ய வேண்டிவரும். ஆதித்தியன் என்னைத்தான் நியமிப்பான். ஒரு சௌகரியக் குறைவும் உண்டாகாமல் நான் பார்த்துக்கொள்ளுகிறேன்." அவன் போன பிறகு சாம்பு யோசித்தான். காரியம் இவனால் எப்படிக் கைகூடியிருக்க முடியும்? அத்தனை செல்வாக்கு உண்டா? இவன் வார்த்தைக்கு அவ்வளவு முக்கியத்துவம் கொடுப்பார்களா?

அவன் நினைத்தது சரி. அன்று விஜயகுமார் ஆதித்தியன் அறைக்கு ஓடினான் அல்லவா? என்ன ஓடியும் தோட்டத்தைக் கடந்து, அரண்மனை லிப்டில் ஏறி, அவன் அங்கே போய்ச் சேர சில நிமிடங்கள் ஆகிவிட்டன. அதற்குள் ஆதித்தியன்

அந்த பைலிலுள்ள குறிப்பை வாசித்துவிட்டான். அது, அவன் சொந்த ஆலயத்தின் செக்ரட்டரியாக இருப்பவன் எழுதியது.

அதில் கண்ட விவரம்:-

"இந்த சாம்பு நம் தேசத்தான். இவன் பூர்வீகம் வாஸவேச்வரமென்ற ஒரு கிராமம். சில வருடங்களாக நம் மதர்லாந்தில் வசித்து வருகிறான். ஆதித்தியனுக்குத் தெரியும், மதர்லாந்தில் நம் தேசத்தைப்பற்றிப் பலவித வதந்திகள் பரவி வருகின்றனவென்று, அவற்றை அடக்கி, தக்க முறையில் திருப்ப இது ஒரு நல்ல சந்தர்ப்பம். இந்த சாம்புவுக்கு சக்திநிவாஸ் போக பர்மிட் கொடுத்தால், அவன் எழுதுவதை நாம் பரிசீலனை செய்யவேண்டுமென்று நிபந்தனை போடவேண்டும். அப்படிச் செய்தால் மதர்லாந்து மக்கள் நம்மேல் கொண்டுள்ள அபிப்பிராயங்களை நம்மிஷ்டம் போல் மாற்றி அமைத்துக்கொள்ள ஒரு வாய்ப்புக் கிடைக்கும். இது என் தாழ்மையான அபிப்பிராயம்."

ஆதித்தியன் நோட்டை வாசித்துவிட்டு நிமிர்வதற்கும், விஜயகுமார் உள்ளே வருவதற்கும் சரியாக இருந்தது. ஸர்வோத்தமன் முகத்தில் தவழ்ந்த அந்த அருமையான புன்னகையைக் கண்டு விஜயகுமார் மலைத்துவிட்டான். சற்றுமுன் தன்னைக் கோபத்துடன் போனில் கூவியழைத்த ஆதித்தியனா இப்படி முகம் மலர்ந்து... "விஜயகுமார், நீ செய்தது சரி. செக்ரெட்டரி சொல்லுவதை நானும் ஆமோதிக்கிறேன். இதோ பர்மிட்டுக் கையொப்பம்." அவன் பைலை குமார் பக்கம் நீட்டினான். ஒரு விநாடிக்கு குமார் ஸ்தம்பித்து அங்கேயே நின்றுவிட்டான்.

பாவம், சாம்பு. எத்தனை நாட்களாக நடையாக நடந்தான்! அவன் பார்க்காத பேர் கிடையாது. உண்மை மனித சுபாவத்தை அறிய பற்பல வாய்ப்புகள் கிடைத்தன. சிலர் சிணுங்கினார்கள்; சிலர் விலகி நின்றார்கள்; சிலர் ராணுவ நறுக்குடன் பதில் சொன்னார்கள்; மற்றும் சிலர் மூலக்கடுப்பு வந்தவர்கள்போல நெரித்தார்கள். ஆனால் விஷயமென்னமோ தாளத்தில் இருந்தது.

இப்போது எதிர்பாராத விதத்தில், அவனை அறியாத ஒரு செக்ரெட்டரி பாரபட்சமில்லாமல் குறிப்பு எழுத, காரியம் நடந்துவிட்டது. சத்யோத்தியாவில் இது வெகு சகஜமென்று ஸிம்ஹன் சொன்னான். அன்று இரவு சாம்பு நன்றாகத் தூங்கினான்.

3

பிந்து

சத்யோத்தியாவிலிருந்து சுவர்ணமுகி தீரம் வெகு தொலைவிலிருந்தது. அங்கே போக, தெற்கு சமுத்திரத்தைக் குறித்துப் பயணப்பட வேண்டும். ஓர் ஆயிரம் மைலுக்குக் கஷ்டமேயில்லை. விமானத்தில் போய்விடலாம். அப்புறம் சுமார் முன்னூறு மைலுக்கு காரில் வேணுமானாலும் போகலாம். பிறகே ஜீப் வேண்டும். சுவர்ணமுகி உற்பத்தி ஆகும் அம்மலைப் பாங்கு நீலமேகங்கள் போல அடிவானத்தில் வளைந்தோடிற்று. மலைப் பிராந்தியத்தில் ஏறி ஏறிச் சென்றது ஜீப்.

சூரியோதய சமயம். கிழக்குவானம் உருக்கிக் கொட்டிய தங்கத் திரவமெனப் பிரகாசித்தது. நாலா பக்கமும் அடர்ந்த காடு. நொய், என்று சில்வண்டின் ரீங்காரம், அந்த மௌனத்தில் சுருதி கூட்டியது. காட்டு அருவிகள் சோவென்று பாய்ந்தன. அந்தக் காட்டில் ஒரு விசேஷம். அதுதான் இலைகளின் நிறம். தங்கம், மரகதம், மஞ்சள், ஊதா, தாமிரம் என்று வர்ணத்தீ மலையெங்கும் ஒளிபரப்பிற்று. ஏதோ ஒன்று அவனுள்

இயங்குவதாக சாம்புவுக்கு ஒரு பிரமை. அது என்ன? எப்படி? எதனால்?

அவன் பக்கத்தில் உட்கார்ந்திருந்தவன் சக்திநிவாஸ் இலாகாவைச் சேர்ந்த ஒரு ஆபீஸர். சத்யோத்தியாவிலிருந்து வந்திருந்த அந்த நூதன அறிக்கையைக் கண்டு அவன் சாம்புவிடம் ஒரு விசேஷ மரியாதை செலுத்தினான். பாதை கொக்கிபோல் வளையும்போதெல்லாம், சாம்பு முன்னும் பின்னும் சாய்வதைக் கண்டு அவன் சொன்னான்: "இப்படியெல்லாம் அலுங்கவிடாமல் ஹெலிக்காப்டரில் அழைத்துப்போயிருப்பேன். சக்தி வீரர்கள் அவற்றைத் தான் உபயோகிக்கிறார்கள். ஆனால், சத்யோத்தியாவிலிருந்து வந்த ஆர்டரில் பிரத்யேகமாக, இதுவழியாக அழைத்துச் செல்லும்படி கண்டிருந்தது."

இழுத்தாற்போல அவன் பேசினான். எதனால்? சந்தேகமா, அல்லது பயமா என்று சாம்புவுக்குப் புரியவில்லை. சுற்றிச் சுற்றி, தாண்டத் தாண்ட, வரிசை வரிசையாக வானோங்கி வளர்ந்தன, மலைகள். அடிவாரத்தில் தோன்றிய சின்னஞ்சிறு குக்கிராமங்கள், இப்போது மறைந்துகொண்டு வந்தன. அடர்ந்த மலைக்காடுகள்; ஓங்கி வளர்ந்து வானைத் தொடும் மரங்கள். கரடுமுரடான பெரும் பெரும் பாறைகள். அவன் உள்ளறிவுக்கு அந்த மலைப்பிரதேசம் மாயை சூழ்ந்ததாகவே தென்பட்டது. அந்த எண்ணத்தை நிரூபிப்பதுபோல அப்பாறைகளில் விநோதமான குகைகளும் பொந்துகளும் தோன்ற வாரம் பித்தன.

"ராணுவப் பயிற்சியைக் கைக்கொள்ளும் டாகினி. சாகினி வகுப்பு சக்திவீரர்கள் இக் குகைகளில்தான் இருக்கிறார்கள்" என்றான் ஹேமான்த் என்னும் அந்த ஆபீஸர்.

அவன் நினைத்தது சரி - சக்திவீரர்கள் யோகிகளாகத்தான் வாழ்கிறார்கள். காமேஷ் ஒரு பரமயோகி போலும்.

"சக்தி நிவாஸைப்போய் அடைவதற்கு முன் வீரர்கள் பற்பல பரீட்சைகளில் தேறவேண்டும். அதில் முதல் கட்டம் தேகப்பயிற்சி, யோகம். பிறகு தியானம், கடைசியாகத் தியாகம்."

புரிந்துவிட்டது. காமேஷ் ஒரு சாமியாராக ஆகிவிட்டான் என்று

எண்ணிக்கொண்டானோ இல்லையோ - அந்த எண்ணத்தை ஆமோதிப்பது போல ஹேமாந்த் சொன்னான்:

"ஆதியில் இந்த இடத்தில்தான் முதல் முதல் திண்மைகொண்ட வீரப்படைகளை நம் சத்திராஜித் திரட்டினான்."

"யாரைச் சொல்லுகிறாய்? காமேஷைத்தானே?"

"உச். ஆதித்திய குலவிளக்கைக் காட்டும்... அந்த சக்தி பீடத்தைப் பற்றி அப்படிப் பேசுவது தவறு."

சாம்பு அவன் என்ன சொன்னான் என்பதையே கவனிக்கவில்லை. அவன் உள்ளமும், புறமும், எதிரே கண்முன் ஓடி மறையும் காட்சிகளில் லயித்துவிட்டன. இடுக்கு முடுக்கு, சந்து பொந்து என்று அக்குகைகள் மலைச்சரிவுகளில் ஒளிந்துகொண்டிருந்தன. ஜீப்பின் வேகம் குறைந்துவிட்டதால் சாம்புவுக்கு நன்றாகப் பார்க்க முடிந்தது. குகை முகப்புகளின் அமைப்பு, அஜந்தா எல்லோரா பாங்கில் இருந்தது. அதாவது விஸ்தாரமான குதிரைக் குளம்பு லாடவளைவு, செதுக்கிவிட்ட அர்த்த சித்திராங்கத அல்லது அபாஸங்கபாணி, இத்தியாதி. குகைவாய்ச் சரிவுகளில் மனிதர் யோகாப்பியாசம் செய்துகொண்டிருந்தார்கள். திரண்ட புஜங்கள், அகன்ற மார்புகள், வளைந்த உடல்கள், தூக்கிய கால்கள், இரும்பை ஒத்த தேகங்கள். விருட்சங்கள்போல விரிந்து, சுக்கிராசனம், யோக முத்திராசனம், தனுராசனமென்று செய்தவாறு இருந்தனர். விருட்சாசனமென்று ஒற்றைக் காலால் நின்று பிராணாயாமம் செய்யும் காட்சிகள் அற்புதமாக இருந்தன.

சாம்புவுக்குத் தன் கண்களையே நம்பமுடியவில்லை. நிஜம்தானா அல்லது கனவாவென்று தெரிய தன்னைத் தானாகக் கிள்ளிவிட்டுக் கொள்ளலாம் போலிருந்தது. தத்ரூபம் உபநிஷத் ரிஷிகளைப் போல... அட.... டா இதென்ன, காலைச் சூரியனின் இளம் ரேகையில் ஏதோ பளிச்சிட்டு மின்னுகிறதே! ஓகோ! உடைவாள்கள், வளைந்த பட்டாக் கத்திகள்... ஈட்டிகள். ஜீப் நகர்ந்துவிட்டது. அந்த யோகிகள் இப்போது விதவிதமான

ஆயுதங்களை ஏந்திப் பயிற்சி செய்தார்கள். கும்பல் கும்பலாக குஸ்திச்சண்டை பழகினார்கள். பிரமிக்கும்படியான மல்யுத்தம். எத்தனைவித முஷ்டிப் பிரயோகங்கள்!

"விண்வெளி யாத்திரை போகும் இந்த யுகத்தில் இதெல்லாம் எதற்கு?" என்றான் சாம்பு.

"டாகினிப் பயிற்சிகளில் இதெல்லாம் ஆரம்பக் கட்டம். இறுதிப் பரீட்சைகள் புதிய நூற்றாண்டை ஒட்டி அமைந்திருக்கும் தொடக்கத்தில், யோகாப்பியாசம், குஸ்திச் சண்டை என்று பயின்று, பிறகு பீஜாட்சர மந்திர விளக்கம், பிராணாயாமம், தியானமென்று கற்று, அப்புறமே லௌகீகக் கல்வி முறைகளுக்கு வருவார்கள். படிப்படியாக இப்படிப் பழகிய பிறகே அவர்கள் சக்தி நிவாஸில் அனுமதிக்கப்படுகிறார்கள்."

"அப்படியா?" சாம்பு சந்தேகம் தொனிக்கும் குரலில் கேட்டான்.

"ஆமாம். இதையெல்லாம் பார்த்துத் தப்பெண்ணம் கொள்ள வேண்டாம். சக்தி வீரர்கள் கருவி உற்பத்தியில் ஊக்கம் மிகுந்தவர்கள். நவநாகரிக வாழ்க்கைக்கு வேண்டிய சாதனங்களைத் தயாரிப்பதில் ஈடிணையற்றவர்கள்."

ஜீப் திணறிக்கொண்டே மலைச்சரிவுடன் ஒட்டியபடியே நகர்ந்தது. மற்றொரு பக்கத்திலோ கிடுகிடு பாதாளம். குவியல் குவியலாக நீலமலைக் கிடங்குகள். சாம்பு அந்தப் பக்கமாகத் தலையைத் திருப்பினான். அவ்வளவுதான் ! அது கிறுகிறுத்துத் தள்ளாடியது. இதென்ன! ஹேமான்த் சொல்லுவதற்கு அத்தாட்சியாக ஒரு மலை உச்சியிலிருந்து மற்றொரு மலைக்கு கம்பித் தண்டவாளங்கள் விரிந்து பூட்டியிருக்கின்றன! எத்தனை உச்சிகள், எத்தனை கம்பிகள் என்று சொல்வதற்கில்லை. கம்பியில் சிறுசிறு ரயில் பெட்டிகள் விறுவிறுப்புடன் போய் வந்து கொண்டிருந்தன. கயிற்று ரயில்!

சாம்பு ஆச்சரியத்துடன் கேட்டான்: "மின்சாரத்துடன் பாயும் இந்தப் போக்குவரத்து இந்த யோகிகளுக்கு எதற்கு?"

"அதுதான் சொன்னேனே! இவர்கள் யோகாப்பியாசம் பழகுவது இயந்திர நாகரிகத்திற்கு உயிர்கொடுக்கவே. ஒவ்வொன்றுக்கும் ஒரு ஆன்மா உண்டல்லவா? அதை மெருகுபடுத்தவே. மற்றபடி நம்மைப்போல ஜீப்பில் பிரயாணம் செய்தால், சக்திவீரர்களுக்குக் காலதாமதம் ஏற்பட்டுவிடும். காலமென்பது அவர்களுக்கு மிகவும் பிரதானம்."

"யோகிகள் எதற்காகக் காலத்தை எண்ணவேண்டும்?"

ஹேமான்த் ஒரு சிறு புன்னகை செய்தான். "சீக்கிரமாகவே எல்லாம் விளங்கிவிடும்."

ஐந்து மணி நேரமாகத் திக்கித் திணறிக்கொண்டு ஏறின ஜீப், இப்போது சுவர்ணமுகியின் படுகைக்கு வந்து சேர்ந்தது. இருமருங்கிலும் கரிய மலைகள். நடுவே வெட்டிக்கொண்டு ஓடும் நதி.

ஆ.... இதென்ன! சக்திதேவி உபாசகர்கள், மலைப் பிராந்தியத்தில் ஆசிரமவாசிகளாக இருப்பார்கள். யோகாப்பியாசங்கூட நடக்கிறது; சந்தேகமில்லை. வனாந்திரத்தில் வாழும் யோகிகளாக இருக்கவேண்டும். காமேஷ், கெளபீனத்துடன், பண்டை ரிஷிகளைப் போலக் காட்சி அளிப்பான். கோரைப்பாய் விரித்த கூரையும், கயிற்றுக் கட்டிலும் இருக்கும். அவனுக்குப் பாலும் பழமும் உண்ணத் தருவார்கள். காமேஷ் சாமதி நிஷ்டையில் இருப்பான்.

சாம்பு மனதில் என்னென்ன நினைத்தானோ! இங்கே அவன் சுவர்ணமுகிப் படுகையில் கண்டதென்னமோ ஒரு சுவர்ணப் பட்டணம். அதி உன்னதமான தொழில் நாகரிகம் படைத்த விசித்திரமான ஒரு உலகம் அவன் முன்னால் நின்றது. ஜீப் கிடுகிடுவென்று இறங்கி நகரத்தின் சாலைவழியாகப் போயிற்று.

ஓங்கி வளர்ந்த யூகலிப்டஸ் மரங்கள், சோவென்ற சப்தத்துடன் நறுமணம் வீசின. அந்தஸ்துக்குத் தகுந்தாற்போல அமைந்திருந்த சத்யோத்தியா வாழக்கைச் சித்தாந்தத்தை இங்கே காணவில்லை. சக்தி வீரர்கள் வானளாவிய கட்டிடங்களை வெறுத்தார்

போலும். தம் சொந்த வாழ்க்கைக்கு அவர்கள் சின்னஞ்சிறு வீடுகளை அமைத்துக்கொண்டிருந்தார்கள். சிறிய குடில்கள்; அவற்றைச் சுற்றி அற்புதமான தோட்டங்கள். ஏன், நகரம் முழுவதுமே பூப்படர்ந்த பூங்காவைப்போலக் காட்சி கொடுத்தது.

மேற்கே ஆலயங்களும், நிறுவனங்களும், மகத்தான ஆராய்ச்சிக்கூடங்களும் தோன்றின. அவன் மேலைநாட்டில் கண்டுள்ள எந்த நகரமும் இதற்கு ஈடாகாதுபோல் தோன்றிற்று. எஃகுக் கோபுரங்கள், விண்வெளி ஆராய்ச்சிக் கோட்டைகள் என்று வழிநெடுகிலும் சாம்பு கண்கொட்டாமல் பார்த்துக் கொண்டே போனான்.

"பௌதிக சாத்திரத்தில் சக்திவீரர்கள் நிபுணர்கள். ரஸாயனப் பயிற்சியில் கைதேர்ந்தவர்கள். வான சாத்திரத்தைப்பற்றிக் கேட்கவே வேண்டாம். வாயு மண்டலத்தை மண்டலமென்ன, குரு, சுக்கிரன், சனி என்று விண்வெளியில் அவர்கள் போய் வராத இடமில்லை. கிரணம், சுடர், காந்தி, திரவல் என்று வைத்துக்கொண்டு செய்யும் உற்பத்திகளுக்குக் கணக்கே இல்லை. வைத்திய சாத்திரமோ அதற்கு மேல் – சொல்லவே வேண்டாம். தேகத்தில் சகலமும் அற்றுவிட்டாலுங்கூட, ஜீவித் திருக்கும்படியாய் விழி வெண்படலம். கல்லீரல், தசைநார், முதுகுத்தண்டு, எதையும் புதுப்பித்துவிடுவார்கள். மானிடனை ஏவலாளாக ஆக்க இவர்களுக்கு இஷ்டமில்லை. அதற்காக இரும்பு மனிதன் உண்டாக்கலாமென்று முனைந்திருக்கிறார்கள்."

சாம்புவுக்கு ஹேமான்த் சொன்னது ஒன்றும் காதில் ஏறவில்லை. சத்யோத்தியா வாழ்வின் ரகசியம் இப்போது வெட்ட வெளிச்சமாய்விட்டது. ஆதித்திய நாட்டில் கொழிக்கும் செழிப்பிற்கு இவர்களேதான் காரணம். ஆக்கத் தொழில், விஞ்ஞானம் மற்றும் நம் நாட்டில் நடத்திவரும் பெரிய பெரிய முன்னேற்றத் திட்டங்கள் யாவும் சக்தி நிவாஸில்தான் உயிர் பெறுகின்றன. மாபெரும் தொழிற்சாலைகளானாலும், மின்னணு இயக்கங்களானாலும் இவர்கள்தான் வழிகாட்டுகிறார்கள். இவ்வளவையும் நம்மவர்கள் எப்படிச் செய்கிறார்கள் என்று

வியந்தான் அல்லவா? சத்யோத்தியாவின் நாகரிக, உல்லாச வாழ்வைக் கண்டு மலைத்தான் அல்லவா?

இப்போது அந்த மர்மம் விளங்கிவிட்டது. சுவர்ணமுகிப் படுகையில் வாழும் ஒரு கைப்பிடி மனிதர்களே இதற்கு ஹேது, மற்றபடி சத்யோத்தியா நிச்சிந்தையாக, மாய உலகின் மயக்கத்தில் இருந்துவருகிறது. அதாவது இட்ட காரியத்தைச் செய்ய வேண்டும், சக்தி மண்டபங்கள் போக வேண்டும். சாம்பு தன் இருக்கையில் நிமிர்ந்து உட்கார்ந்துகொண்டான். ஜீப் மகத்தான ஒரு ஆராய்ச்சிக் கூடத்தின் வாயிலில் நின்றது.

அவன் ஹேமான்த்துடன் காற்றைப் போல இழுத்துச் செல்லப்பட்டான். அவர்கள் பல பெரிய அறைகளைத் தாண்டிப் போனார்கள். ஆராய்ச்சிக்கு வேண்டிய உபகரணங்கள், மேலை நாட்டைவிட உயர்ந்த ரீதியில் அமைக்கப்பட்டிருப்பதைக் கண்டதும், இதுவரையில் ஹேமான்த் சொல்லிவந்தவையாவும் கற்பனையல்லவென்பது மேலும் ருசுவாயிற்று.

"நான் அறிமுகப்படுத்தப்போகும் சக்திவீரன் ஒரு விஞ்ஞானப் பகுதிக்கு தலைவன். வெகு மேதாவி. நாய்க்குடை பூஞ்சணத்தைப்பற்றி ஆராய்ச்சி செய்து, அதனால் நம் தேகத்தின் ஆரோக்கியத்திற்கு வேண்டிய ஒரு முக்கியப் பொருளைக் கண்டுபிடித்திருக்கிறான். சொல்லும்போது ஏதோ காளானைக்குடையும் வேலையென்று அலட்சியமாகத் தோன்றலாம். அவனைப் பார்த்தால் புரியும். இனிமேல் அவனே உன்னை எங்கும் அழைத்துப் போவான்."

ஹேமான்த் பேசி முடிப்பதற்கும், அவர்கள் அந்த நாய்க்குடை ஆராய்ச்சி அறைக்குள் நுழைவதற்கும் சரியாக இருந்தது. ஒல்லியான ஒரு உயர மனிதன், மேஜை மேலிருந்த ஏதோ ஒன்றை பூதக்கண்ணாடி மூலம் ஆராய்ந்துகொண்டிருந்தான். ஹேமான்த் அவன் நிமிரும் வரையில் பேசாமல் இருந்தான். அப்புறம் அருகில் சென்று மெல்லிய குரலில் ஏதோ சொன்னான். சக்திவீரன் முன்வந்தான். அழகான சிரிப்பு, பளபளத்த கண்கள், முகத்தில் ஒளி. அவனுடைய அங்க அமைப்பைக் கண்டதும்,

சாம்புவுக்குத் தான் கண்ட குகைக்காட்சிகள் நினைவுக்கு வந்தன. வைரம் பாய்ந்த மார்பு, வீறல் கொண்ட புஜங்கள்.

"இவன்தான் சக்திவீரன் சந்திரஹாஸன்," என்றான் ஹேமான்த் .

"நான் வரட்டுமா?" சாம்பு அவனைத் திரும்பிப் பார்த்தான்.

"நான் சுவர்ணமுகிக் காட்டு இலாகாவைச் சேர்ந்தவன். அங்கே திரும்பிப்போக வேண்டும்," என்று சொல்லிக் கொண்டே ஹேமான்த் போய்விட்டான்.

"உட்காரலாமே," என்றான் சந்திரஹாஸன்.

சாம்பு தொப்பென்று ஒரு நாற்காலியில் சாய்ந்தான். பிறகு பையிலிருந்து சிகரெட்டுப் பெட்டியை எடுத்தான். தீக்குச்சியை உராசினான். திடீரென்று இத்தனை புதுமைகளுமாகச் சேர்ந்து அவனைத் திக்குமுக்காட வைத்துவிட்டன. அவன் கை நடுங்கிற்று. சிகரெட்டைப் பற்ற வைக்க சிறிது நேரம் பிடித்தது.

சந்திரஹாஸன் முகத்தில் ஒரு பரிகாசச் சிரிப்பு தவழ்ந்தது. "நீயும் புகைக்கிறாயா?" சாம்பு அவன் பக்கமாக சிகரெட்டுப் பெட்டியை நீட்டினான்.

"வேண்டாம், எங்களைப்போலுள்ளவர்களுக்கு அது அவசியமில்லை."

"யோகாப்பியாசத்தினால் சகல பலஹீனங்களையும் கட்டுப்படுத்திவிட்டீர்களோ!" சாம்புவால் தன் ஏளனத்தை மறைக்கமுடியவில்லை.

சந்திரஹாலன் மேலும் விளையாட்டாகச் சிரித்தான். "அப்படித்தான் வைத்துக்கொள்ளுங்களேன்."

"உயர்ந்த மனிதர்கள் - நீங்கள், மற்றவர்கள்... தாழ்ந்தவர்கள். அப்படித்தானே?"

"அப்படியல்ல. மனோபலமில்லாதவர்களே இவ்விதக் கருவிகளைக் கொண்டு தங்களைச் சமாதானப்படுத்திக் கொள்ளப் புறப்படுவார்கள்."

"நீங்களே அமைதியைக் கண்டவர்கள். என்னா?"

"எங்கள் வாழ்க்கையைச் சரியாக சீர்தூக்கிப் பார்த்தபிறகு..."

"பார்க்காமலே தெரிகிறதே..." சாம்புவுக்கே தான் பேசுவது ஆச்சரியமாக இருந்தது. பார்க்கவேண்டுமென்று வந்தவன் எதற்காக இவர்கள் சாதகம் செய்துவரும் பண்பை இப்படி - உதாசீனம் செய்கிறான்?

சந்திரஹாஸன் சொன்னான்: "நீ இப்போது களைத்திருக்கிறாய். வா போகலாம். கொஞ்சநேரம் அமைதியுடன் படுத்திருந்தால் சுகமாக இருக்கும்."

ஓர் அழகான குடிலில் சாம்புவை இறக்கி வைத்திருந்தார்கள். உள்ளே சென்றதும், அதன் அமைப்பு சத்யோத்தியாவின் முக்கியமான ஹோட்டலை நினைவுபடுத்தியது. இதை சக்தியுகமென்பதற்குப் பதிலாக, ஹோட்டல் யுகமென்று கூடச் சொல்லலாம். பிரயாணிகள் தங்கும் இடங்களை ஜோடனை செய்வதில் நம் நாட்டார் மற்ற எல்லோரையும் தோற்கடித்துவிடுவார்கள், என்று சாம்பு பெருமையுடன் எண்ணுவதுண்டு. இங்கேயும் அவனுக்கு வேண்டிய செளகரியங்களை மிகக் கவனத்துடன் பார்த்துச் செய்து வந்தார்கள். விருந்தோம்பல் நம்முடைய தனி மரபு ஆயிற்றே!

சாம்பு கண்களில் தூக்கம் வழிந்தது. விருந்தும் பிரமாதமாகச் செய்திருந்தார்கள். சக்திநிவாஸில் ஏதோ மர்மமிருக்கிறது என்று அவனுக்கு வெகுநாட்களாக சந்தேகம் தோன்றித்தானே இத்தனை சிரமப்பட்டு இங்கு வந்தான். ஆனாலும், இதுவரையில் அது என்னவிதமானது என்று அவன் கண்டுகொள்ளவில்லை. விஷயம் எத்தனை எளிதானது - சாதாரணமானது! ஆதித்திய நாட்டு மக்கள் கையாலாகாத சோம்பேறிகள்; பொறுப்பை ஏற்றுக்கொள்ள வலுவில்லாதவர்கள். சக்திவீரர்களே வாழ்க்கைப் போரை நடத்தும் தீரர்களாக முன்நின்று காரியங்களை ஓட்டினார்கள். சத்யோத்தியா, சோம்பித் திரிந்து, சுகவாழ்வு வாழ்ந்து, தன்னைத் தானாகவே ஏமாற்றிக்கொண்டு, ஒரு மாய

உலகில் வாழ்ந்துவந்தது. நாட்டில் நிலவியிருக்கும் சுபிட்சத்திற்கு அடிப்படை ஆதரவாக இருக்கும் இவர்கள் யார்? எப்படி இங்கே வந்தார்கள்? இவர்களும் ஆதித்தியர்தாமே! இவர்கள் இடையே மாத்திரம் அந்த தேசீய குணங்களான, பொறாமைக் காய்ச்சல், பூசல், வசவு, இறக்கிப் பேசும் சுடுசொற்கள் – சோம்பல், பொறுப்பில்லாமை – இவை கிடையாதா?

வேடிக்கை செய்வதென்றால் காமேஷூக்கு மிகவும் பிடிக்கும். வாழ்க்கையையே ஒரு விளையாட்டாக எண்ணுவான். அப்போது வேலையில்லாத் திண்டாட்டம் சாம்புவை வெகுவாக பாதித்தது. காமேஷா அதை லட்சியம் செய்ததாகத் தெரியவில்லை. ஏதாவது சொல்லி சாம்புவைக் கிண்டல் பண்ணிக்கொண்டே இருப்பான். அதற்கு அவனுடைய படிப்பும் பேச்சும் உதவிற்று. மேலை நாட்டவர்களின் சிந்தனை நூல்களின் சாரத்தை மெதுவாக, லேசாக அவிழ்த்துவிடுவான். சும்மா தூங்குவேர்மே, நம்நாடே தூங்குமூஞ்சிகளுக்காக ஏற்படுத்தியதுதானே... என்று சவால் விடுவான். ஆனால், சாம்புவுக்குத் தெரியும், அவன் காலையில் நாலுமணிக்கு எழுந்திருந்து யோகாப் பியாசம் செய்கிறான் என்று. ஆற்றுக்குக் குளிக்கப் போவான். பாட்டனாருடன் வேதமோதுவான். வாழ்க்கைப்படத்தைத் தலைகீழாகத் திருப்பி அதைப் புதுக்கோணலில் பார்த்து கேலி செய்வது அவன் பாணி என்றும் சாம்பு அறிவான். அவன் பெற்றோர் வாஸவேச்வர முறைகளுடன் புதுமோஸ்தரில் வாழ்வைப் பிணைக்கும் விந்தையை, 'புதிய கோணங்கி' என்று அவன் பரிகாசமாகச் சொல்லுவான்.

இந்த விந்தை மனிதன்தானா இதற்கெல்லாம் காரண பூதம்? புதிய சோதனைகள்; புதிய புதிய யுக்திகள், சாதனைகள் பற்பல. சூரிய கத்திவிளிம்பின் மேல் நடப்பதுபோல சதா விழிப்புடன் இருக்கிறார்கள் இந்தச் சக்திவீரர்கள். இது எப்படி சாத்தியமாகிறது? இதை அவர்கள் எப்படிச் செய்கிறார்கள்? ஓய்வு ஒழிச்சல், அலுப்பு, சோம்பல் என்பதில்லாமல்... இவர்களை இந்த நிலைமைக்குக் கொண்டு வந்தவன் காமேஷா? அவன் அதை எப்படிச் செய்தான்?

அரைத் தூக்கத்திலிருந்த சாம்புவின் சிந்தனை கலைந்தது. வெளியே யாரோ பேசும் குரல் கேட்டது. சந்திரஹாஸன் வந்துவிட்டான். சாம்பு அவசர அவசரமாகத் தன் உடுப்புகளை மாற்றிக்கொண்டு வெளியே வந்தான். அவனுடைய புன்னகை மறுபடியும் சாம்புவை என்னவோ செய்தது. அதில் ஒரு விநோதமான கற்பனைச் சாயல் இருந்தது. இருவரும் காரில் ஏறிக்கொண்டு நெடுகப் போனார்கள்.

சூரியன் மலைவாயில் விழும் தருணம். வானத்தில் தங்கமுலாம் பூசியிருந்தது. கெளசிக நிறம் கொண்ட அம் மலைகளுக்கு இடையே தீபஜோதிபோல விளங்கிற்று சக்தி நிவாஸ். எழுதிப் போட்ட சித்திரம் போன்ற அந்நகரத்தின் அழகுத் தோற்றத்தை சாம்பு இன்பமுடன் பருகினான். எத்தனை விநோதங்கள்! போகும் வழியெல்லாம், 'தொழிற்கலை இவர்களுக்கு அடுத்தது' என்று எண்ணிக்கொண்டே போனான்.

மலைச்சரிவில் சிரமப்படாமல் ஏறிப்போகும் ஓடும் மின்சாரப் படிகள் மதர்லாந்தில் இல்லையா? ஆனால், உள்ளங்கை ரேகைபோல இயற்கையுடன் இணைந்து அமைந்துள்ள இந்த செயற்கை விசித்திரமாக இருந்தது. வீடுகளின் உப்பரிகையில் ஹெலிகாப்டர்கள், அன்னப் பட்சிகளைப் போல இறங்கி ஏறின. மதர்லாந்தில் இவை இல்லையா? மின் ரயில் சுவர்ணமுகிப் படுகையைக் குடைந்து சென்றது. அதுவும் அவன் பார்க்காதது இல்லை. ஆனால் இந்த மலைப்பிரதேசத்தில், இந்த ஏகாந்தத்தில், இவர்கள் விஞ்ஞானத்திற்கும், கலைக்கும் எவ்வளவு இசைவை உண்டாக்கியிருக்கிறார்கள்!

"இத்தனை துரிதமாகப் போனால்தான் ஆராய்ச்சி நடக்குமா?" என்று கேட்டுவிட்டான் சாம்பு. பிறகு, ஆதித்தியர்களுக்கு இயற்கையான அந்தச் சுடுசொல் அவனை வெட்கமுறச் செய்தது. "அமைதியான உங்கள் ஆராய்ச்சி வாழ்வுக்கு விசைக்கருவிகள் அவசியமில்லையே என்று சொன்னேன்," என்றவாறு தன்னைத் தானாகத் திருத்திக்கொண்டான். "சக்திவீரர்கள் சதா கண்விழிப்புடன் ஒவ்வொரு காரியத்தையும்

துருவிப் பார்த்து வருவதால்தான் ஆதித்தியர் வாழ்க்கை இப்படி முன்னணிப் பாதையில் வளருகிறது என்று எனக்குத் தெரிகிறது. ஆனால், இந்த வேட்கை எப்படி உண்டாகிறது என்று புரியவில்லை. தெய்வீக அருளோ?" கடைசி வார்த்தைகளைச் சொல்லும்போது மறுபடி சாம்பு குரலில் பரிகாசம் தொனித்தது.

சந்திரஹாஸன் சாம்புவின் கடுகடுப்பை கவனித்ததாகத் தெரியவில்லை. வண்டியோ அந்த இந்திரப் பட்டணத்தை வலம் வந்துகொண்டிருந்தது.

"சக்திவீரர் அந்தரங்கத்தில் ஊறும் இந்த உறுதி எவ்விதமானது என்று சொல்லமுடியுமா? எதனால் இப்படி அவர்கள் மாத்திரம் சதாசர்வ காலமும் காரியத்தில் கண்ணாக இருக்கிறார்கள்?" என்று மறுபடியும் குரலை மாற்றி அமைத்துக்கொண்டு கேட்டான், சாம்பு.

"ஓம் சக்தி கடாக்ஷம்" என்றான் சந்திரஹாஸன்.

"பீஜாக்ஷர மந்திர ஜபத்தினால் விளைகிறது என்றால் நான் நம்பமாட்டேன்."

"அப்படியும் சொல்லலாம். வேறு விதமாகவும் சொல்லலாம்."

"வேறுவிதத்தில் சொல்லு."

"இந்த இடத்தில் வழிநெடுகிலும் போகும் ஆண் பெண்களை நீ கவனித்தாயா?"

சாம்பு தலையை அசைத்தான்.

சந்திரஹாஸன் சொன்னான்: "ஆண் பெண் சரிநிகர் சமானமாக நடக்கிறார்கள், பார்த்தாயா? நிமிர்ந்த நடை, நேர்கொண்ட பார்வை, உலகத்தில் எவருக்கும் அஞ்சாத துணிவு என்பது போல் நடையிலுள்ள வீச்சை கவனித்தாயா?"

அதுவும் சக்திநிவாஸ் பெண்கள் ஆண்களைப்போல் அதே திடகாத்திரமான சரீரங்கொண்டு, கம்பீரமாக கூச்சமில்லாமல்

போடும் நடை அவனைத் திகைக்க வைத்தது. அவர்களைப் பார்த்ததும் அவன் உள்ளத்தில் மோதிய தாக்குதல் காமம் அல்ல - மதிப்பே.

"நான் எல்லாவற்றையும் பார்த்துவிட்டுத்தான் கேட்கிறேன். இந்த மனோபாவம் இவர்களுக்கு மாத்திரம் எப்படி உண்டாயிற்று?" என்றான் சாம்பு.

"எல்லா மானிடர்களுக்குமே உள்ளத்தில் வேண்டிய அளவிற்கு மனோபலம் இருப்பதில்லை, ஏதோ கொஞ்சமிருந்தால், அதை சமுகத்தின் முறைகளும், தடைகளும், போட்டிகளும் அமுக்கி அழுத்திவிடுகின்றன. உயிரற்று, மனமுடைந்து, சிந்திக்கச் சக்தியில்லாமல் மனிதன் பிறரைப் பின்பற்றிச் செல்லுகிறான். இல்லை... கொஞ்சம் ஊக்கமிருந்தால் அதை சமுதாயத்தின் நடைமுறைகளை எதிர்ப்பதில் செலவழித்துவிடுகிறான்."

"போட்டியை மறந்துவிட்டாயே. போட்டியினால் நம் வாழ்வே கெட்டுவிடுகிறதே."

"போட்டி என்பது ஒவ்வொரு மனிதனும் தன்னையே உயர்ந்தவனாகவும், உத்தமனாகவும் பார்க்க விரும்புவதி லிருந்து உற்பத்தியாகிறது. கட்டுக்கோப்புகளிலிருந்து விடுபட்டு, விடுதலையடைந்து, நம்திறனை சரியான வழியில் விட்டால், ஒவ்வொருவனும் மேன்மையை அடையலாம் - ஒத்தும் உழைக்கலாம்."

"இதை காமேஷ் அந்த நாட்களிலேயே சொல்லுவான். அப்போது அவன் இஞ்சினீயர் பரீட்சை கொடுத்துவிட்டு வேலையில்லாமல் அவதிப்பட்டுக்கொண்டிருந்தான். நானும் பொருளாதாரம் படித்துவிட்டு அங்குமிங்குமாகத் திண்டாடிக்கொண்டிருந்தேன். எங்களைப் போல அவதிப்பட்ட எத்தனையோ பட்டதாரிகள், சங்காயித் என்ற கட்சியைக் கூட்டி அக்கிரமத்தில் இறங்கியிருந்தார்கள். இவர்களுடைய உக்கிரத் தாக்குதலினால், நாடெங்கும் அமைதி குலைந்துவிட்டது. வருமானத்தின் ஏற்றத்தாழ்வு. ஜாதிச்சண்டை, ராஜீய விருதாச்சண்டை,

ஆசாரக் கொள்கை என்று உண்டாகியிருந்த பிளவுகளை இவர்கள் பயன்படுத்திக்கொண்டார்கள். மோதல்கள் வலுத்தன. நாட்டில் அராஜகம் தலைதூக்க ஆரம்பித்தது. இதற்கெல்லாம் என்ன காரணமாக இருக்கக்கூடுமென்று காமேஷ் அப்போதே ஆராய்வதுண்டு. உளநூல் சாத்திரப்படி, நம் திறன்களை இப்படி வீண்சண்டையில் விரயம் செய்வதால்தான் நாம் இப்படி உபயோகமற்று ஆனோமாம்; அவன் சொல்லுவான். முக்கியமான சிக்கல்களைத் தீர்க்க சக்தியேது? அதுதான் சில்லறைச் சண்டைகளில் வீணாய் விடுகிறதே. சக்தி குன்றி, நாலாபுறமும் குழப்பமுண்டானதும் அகத்தில் பயமும், அச்சமும் வளர்ந்துவிட்டன என்றும், அதிலிருந்து நமக்கு ஒரு தாழ்வு மனப்பான்மை உண்டாகிவிட்டதென்றும், அப்போதே அவன் சொல்வான். இந்த அச்சத்தை மறைக்க நாம் வீண் பிரதாபங்கள் பேசுகிறோமாம். விதண்டாவாதங்கள் புரிகிறோமாம். எதிராளி மேல் குற்றம் சாட்டுவது கூட பயத்தினாலாம். அந்தக் காமேஷா இவன்? அவனுக்கு வாஸ்வேச்வரம். இவனுக்கு?" சாம்பு, சந்திரஹாஸனை ஆவலுடன் பார்த்தான்.

"எந்த ஊரென்று தெரியாது. பார்ப்பதற்கு எப்படி இருப்பான் என்று உறுதியாகக் கூறமுடியாது. கண்ணிற்குப் பளிச்சென்று தென்படாத ஓர் உருவம் என்று வைத்துக்கொள்ளேன்."

"உனக்குக்கூட அப்படியா?" சாம்புவுக்குப் புரியவில்லை. சந்திரஹாஸன் கண்ணிற்கு காமேஷ் புலப்படுகிறானா இல்லையா? அவன் மறுபடியும் கேட்டான்: "நீ அவனைப் பார்த்திருக்கிறாயா?"

"டெலிவிஷனில் கண்டிருக்கிறேன். ஒரு சமயம் காலச் சக்கர யந்திரத்தில் பார்த்திருக்கிறேன்."

அவன் பதில் சொன்ன மாதிரியிலிருந்து சாம்புவுக்கு சந்திரஹாஸன் காமேஷை நேரில் கண்டிருக்கிறானா இல்லையா என்பது விளங்கவில்லை.

"அவன் உயிருடன்தான் இருக்கிறானா?"

"சிலர் ரேணுகாதேவி குகையில் அவனைக் காணலாமென்று சொல்லுகிறார்கள்!"

"ஓகோ! கோவிலுக்கு வருவான் போலிருக்கிறது."

"அர்த்தஜாம நேரத்தில், தத்துவ ஹோமம் நடக்கும்போது மண்டபத்திற்கு வருவதாக ஐதீகம். நிஜமாக வருவானோ என்னமோ தெரியாது" என்றான் சக்திவீரன்.

அப்போது அவர்கள் எதிரில் ஒரு பெரிய கட்டிடம் தோன்றிற்று.

"தத்து சுக்கிர ஹோமங்கள் பலவிதம். இவைகளை சக்தி வீரர்கள் ஆங்காங்கே கூடி நடத்துவார்கள். இந்த மண்டபத்தைப் பார். இதுபோன்ற பல தத்துவ சுக்கிர மண்டபங்கள் இங்கே உண்டு. அவரவர் விருப்பப்படி எந்த மண்டபத்தில் வேண்டுமானாலும் பதிவு செய்து கொள்ளலாம்."

சாம்புவுக்குச் சற்றுக் குழப்பமாக இருந்தது. விஷயங்களைத் தெளிவுபடுத்திக்கொள்ள வேண்டுமென்று எண்ணினான்.

"சரி, நீ சொல்ல வந்ததை மேலும் விளக்கு. அகத்தில் உறுதி, அல்லது திடம் என்றாயே. நீங்கள் அதை எப்படி வளர்க்கிறீர்கள்? காமேஷ் உங்களை எவ்விதம் பழக்கினான்?"

"தான் என்ற மதிப்பு வளர்ந்து, தன்னுணர்ச்சி பெருகினால், மனிதன் ஒரு தனிப்பட்ட குணம் பெற்று நிற்பான். இந்தத் தன்னுணர்ச்சி பலம் கொள்ளக் கொள்ளத்தான் தனித்து நிற்கவேண்டிய ஆற்றல் உண்டாகிறது. அதன் பிறகுதான் மனிதன் தன் அந்தரங்க வாழ்வை சமூக சேவையுடன் சேர்த்து அமைக்கத் தெம்பு அடைகிறான். தன்னுணர்ச்சியை வளரவிடாமல் அகத்தை அடக்கி ஆள வைப்பது, ஆதித்திய நாட்டிற்கு உரிய மரபு. அகம் பலஹீனப்பட்டு இந்திரியங்களுக்கோ அல்லது மன சாட்சிக்கோ வசப்பட்டு விடுகிறது. அதனால் நம் நாட்டான் ஒன்று ஊதாரியாகத் திரிகிறான், அல்லது மனசாட்சியால் கட்டுண்டு அவஸ்தைப்படுகிறான். தன்னுணர்ச்சி மடிந்து வீணாகிறது. தன்னுணர்ச்சி சமநிலை அடைய வேண்டு

மானால் மனிதனின் அன்பும் பணியும் ஒருங்கே செல்ல வேண்டும். அப்படியானால், அவனுடைய அசுர குணங்கள் கூட தெய்வத்தன்மை கொண்டுவிடும்."

"புரிந்தது. உங்கள் தத்துவ சத்திர மண்டபங்களில் என்ன நடக்குமென்பதை ஒருவாறு ஊகிக்கலாம். இந்திரியங்களுக்குக் கட்டற்ற சுதந்திரமளிக்கிறீர்கள்."

"உனக்குப் புரியவில்லை. சுகானுபவங்களால் மனிதன் மகிழ்ச்சி அடைகிறான். இன்பம் அவனுள் கட்டுண்ட அழுத்தமான இறுக்கங்களைத் தளர்த்திவிடுகிறது. முடிச்சுகள் அவிழ்கின்றன. ஆவல் அடங்கியதும் சுகமென்பது இவ்வளவேதானா என்று ஆராயத் தொடங்குகிறான். அதன்பிறகு விடுதலை அடைந்த அவனுடைய உற்சாகம் யாவும் அகத்தை வெல்லும் பாதையில் இறங்கிவிடுகிறது."

"விட்டுப்பிடிக்க வேண்டுமென்னும் கொள்கையில் அபாயம் இருக்கிறது. அப்படியே, கேவலம் அற்ப சுகங்களையே அனுபவித்துக்கொண்டு போகவேண்டுமென்ற ஆசை எழும்பிவிட்டால்?"

"வாஸ்தவம். ஒருசிலர் அப்படிப் போகலாம். போகட்டுமே. எந்த வழியிலும் சில அபசாரங்கள் விளையாமல் இருக்குமா?"

"அப்போது நாம் சமுதாய முறைகளினால் கட்டுப்பட்டு, தன்னுணர்ச்சியை வளரவிடாமல் திண்டாடுகிறோம் என்றே சொல்லுகிறாய்?"

"நிச்சயமாக, தன்னுணர்ச்சி பரஸ்பரப் பிணைப்பினால்தான் வளருகிறது. பெற்றோரும், சமுதாயமும் அதட்டி, வெருட்டி, பயமுறுத்த அதை பலஹீனப்படுத்திவிடுகிறார்கள். பலமிழந்த அகத்தில் எப்படி, ஊக்கமும் விடாமுயற்சியும், முற்போக்கில் அவாவும், வளரும்?"

"அதற்காக மனசாட்சிக்கு விரோதமான காரியங்களைச் செய்ய வேண்டுமா?"

"மனிதன் பூர்ணத்வம் கொண்டுவாழ அகப் போராட்டம் -
அதாவது மனசாட்சிக்கும் வேட்கைக்கும் உள்ள மோதல் -
அழுங்க வேண்டும். அவனுள் தன்னை அவன் பார்ப்பதற்கும்,
பிறர் அவனை உணரவேண்டுமென்பதற்கும் தான் இருப்பதற்கும்,
இருக்கப்போவதற்கும் ஒரு சமநிலை ஏற்பட வேண்டும்."

"வெகு அழகு! அதை. இப்படித்தான் செய்யவேண்டுமோ!"

"சக்தி தந்திரயோகம் என்பது சக்தியுடன் நாம் ஒன்றாகும்
போது அக உணர்வு பெறுவதேயாகும். நீயே யோசித்துப்பாரு.
அதில்லாத சேர்க்கை ஒரு சேர்க்கையா? ஆன்மீக விசாரணை
செய்ய வேண்டுமென்ற தெளிவு உண்டான பிறகு, அங்கே
கேவலம் தேக சம்பந்தமான விருப்பத்திற்கு எங்கே இடம்?
உங்கள் உலகில், மனசாட்சி அடித்துக்கொள்ள, அகம் போராட,
இந்த விருப்பம் வெறுப்பாக மாறுகிறது. சக்திவீரன் அந்தரங்கத்தி
லுள்ள சக்தி அவனுக்கு வெளிச்சத்தைக் காட்டுகிறது. அவன்
ஆத்மஞானம் பெற்றுவிடுகிறான். அந்த ஞானம், ஊக்கமும்,
உற்சாகமுமாக வெளிவந்து அவனை அறிவாளி ஆக்குகிறது.
அதற்குப் பிறகு அவன், மாயாஜால மாந்திரீகத்திலிருந்து, உலோக
தத்துவம், இரசவாதம், ஆயுர்வேதம் வரையில் பழகாத கலை
கிடையாது. தந்திரசக்தி கொண்டவனே முதல் முதல் சர்ப்ப
விஷத்தை மருந்தாகக் கொள்ளலாமென்று உலகத்திற்கு விளக்கு
கிறான். அவன் பழகும் பிராணாயாமத்தின் மர்மம் மேலை
நாட்டாருக்கு இன்னும் விளங்கவில்லை."

சாம்புவுக்கு யோசனையாக இருந்தது. அவன் சொல்வதில்
உண்மை இருக்கிறதோ!

"நீ கேட்டாயே, இந்தக் கண்விழிப்பு எப்படி உண்டாகிறது என்று.
இதனால்தான் நாங்கள் சதா எங்களை அர்ப்பணம் செய்யும்
யக்ஞத்திலேயே இருக்கிறோம். கொடுக்கவேண்டுமென்று
செய்யும் தியாகத்தில் அடிமைத்தனமோ, விலங்கோ கிடையாது."

"இந்தத் தன்னுணர்ச்சியை விலங்கிடுவதால்தான், ஆதித்திய
நாட்டார் இப்படிப் பேடிகளாகிவிட்டார்களா?"

"ஆதித்திய நாட்டு நேதா, இந்திரியக் கட்டுப்பாடு என்று போதித்து, மனசாட்சியை ஒரு பூதமாக வளர்த்துவிட்டான். அதன் காரணமாகத் தன்னுணர்ச்சி நசித்து விட்டது. அகத்தில் போராட்டங்கள் மூண்டுவிட்டன. இவை பலவிதம். ஆனால், முக்கியமாகச் சொல்ல வேண்டியது இது. ஒவ்வொரு ஆணும் தனக்குள் ஒரு கற்பனைப் பெண் உருவத்தையும், பெண் ஆண் உருவத்தையும் காண்கிறாள். தன்னுணர்ச்சிக்குப் பலம் கொடுக்க வேண்டுமானால் இந்தக் கற்பனைத் தோற்றம் மனிதனுடைய வாழ்க்கையில் ஒத்து இசையவேண்டும்."

"சக்தி மந்திரம் அதற்கு உதவுமா? உன் எண்ணங்கள் உன்னை வெகுவெகு தொலைவில் இழுத்துச்சென்றுவிட்டன."

"சக்தி என்பது அருள். இந்த அருள் நம்மகத்தில் பெண்ணுருவமாக வளருகிறது. இதற்கு இடம் கொடுப்பதால் நாம் பூர்ணத்துவமே அடைகிறோம். அதுபோலவே பெண்ணுக்குள் இருக்கும் ஆண் உருவம், சிவம். சிவமென்றால் அகத்தின் தூய துடிப்பு. இந்த சிவத்துடன் ஒன்றாகும்போது, பெண் நிறைவு அடைகிறாள். சிவசக்தி சேர்க்கை என்பது சச்சிதானந்தம். அர்த்தநாரி பாவத்தின் உள் கருத்து இதுதான்."

"இதில் உளநூல் சாத்திர வாடை அடிக்கிறது. நிச்சயமாகக் காமேஷ்தான் இதை உங்களுக்கு விளக்கியிருக்கிறான். சந்தேகமில்லை. தேவி உபாசனையால் அவன் உறுதியும், சமநிலையும் அடைந்ததாக அடிக்கடி சொல்வதுண்டு. அது எதனால் என்றுகூட என்னிடம் விமர்சனம் செய்திருக்கிறான். தாய்க்கும் சேய்க்குமுள்ள தொடர்பு மிக்க ஆழமானது. தாய் குழந்தையைத் தன் அன்பணைப்பில் வைத்திருக்கிறாள். குழந்தையும் அந்தக் கதகதப்பான இதமான சூட்டில், அவனவன் பண்பிற்கேற்றபடி தொப்புள் கொடி மூலமாக அன்பைப் பருகி உரம் பெறுகிறான். அவன் வளர்ந்து பெரியவனானதும், மானிடத் தாயின் பலஹீனங்கள் அவனுக்குப் புலனாகிறது. அவள் அதற்குமேல் அவனுக்கு உறுதியூட்ட முடிகிறதில்லை. அவன் ஏங்கி ஏங்கித் தவிக்கிறான். அந்தத் தருணத்தில் அகத்தின்

சக்தியைத் தவிர வேறு எது உதவ முடியும்? இதை நம் உள்ளத்தில் ஆழமாக இருத்திவிட்டால், ஏக்கம் தீர்ந்துவிடுமென்று காமேஷ் எனக்குப் பல கோணங்களில் விளக்கியிருக்கிறான்."

"மிகவும் உண்மை. நம் தன்னுணர்ச்சி, இந்தச் சக்தி என்னும் உணர்வினால் வளர்ந்து, பலன் கொண்டு பிறகு தன்னைப் பூர்த்தி செய்து கொள்ள பற்பல சாதனைகளில் ஈடுபடுகிறது. சக்தி தந்திரம் பழகப்பழக இந்த வேட்கையும், உற்சாகமும் அதிகரிக்கும்."

"ஒன்றே ஒன்றுதான் இன்னும் பிடிபடவில்லை. ஆணின் உள்ளத்தில் பெண்ணுருவம் என்றாய். அத்துடன் ஒன்றுபடுவது என்றாய். பிறகு அதே சக்தி என்கிறாய். ரொம்பக் குழப்பமாக இருக்கிறது."

"குழப்பமேயில்லை. ஓம் சக்தியே பெண்ணுருவம். மானிடத் தாயின் பலஹீனங்களைக் கண்டுகொண்டு மனிதன் அவளை இயற்கையாகவே ஒதுக்குகிறான் என்று சொன்னாய் அல்லவா? அந்த லட்சிய உருவம் மறைவதில்லை. அதன் இயற்கையும், விசையும் மாறுவதில்லை. சத்யோத்தியாவில் இந்த உருவத்தை மனைவியுடன் சேர்த்துவிடுகிறான். எப்படியோ ஒருவிதத்தில் நம் அகத்தின் சக்தி, வெளியே பிரதிபலித்தால்தானே, உள்ளம் உரம் கொள்ளும்?"

"ஓகோ! 'நீதான் சக்தி' என்று மனைவியைத் துதிப்பதிலும் உண்மை உண்டு என்று சொல்லு," என்றான் சாம்பு.

அந்தச் சமயத்தில் அவர்கள் சக்தி பட்டணத்தின் நடுமையத்திற்கு வந்து சேர்ந்தார்கள். மறுகணம், இத்தனை நேரமாக கண்ணிற்கு மறைந்திருந்த ஓர் அற்புதமான காட்சி தென்பட்டது. துர்க்கை கோவில். ஒரு மகத்தான பாறையை அப்படியே செதுக்கி விமானமாகப் படைத்திருந்த அதிசயம்தான் அது. சுவர்ணமுகி அதைச் சுற்றி அழகாக ஒரு பிரதட்சணம் செய்வது போல வளைந்துபோயிற்று. சின்னஞ்சிறு கோவில்தான். ஆனால் எத்தனை நேர்த்தியான கச்சிதமான வேலைப்பாடு! இயற்கை

அழகிற்கு உடன்பிறந்தாற்போன்ற ஒரு செயற்கை மங்கலம் அங்கு வியாபித்து நின்றது.

வண்டியை விட்டு இறங்கின சாம்பு, ஏதோ மேகத்தில் மிதப்பதுபோல் நடந்து உள்ளே சென்றான். சக்திநிவாஸை அடைந்ததிலிருந்து அவனுக்குண்டான அனுபவங்கள் அவனை மோகத்தில் இருத்தியது. ஏதோ மந்திர சக்தியி னால் வசீகரிக்கப்பட்டவன் போல சந்திரஹாஸன் பின்னால் போனான். அவனுக்கு சுய உணர்வு இருப்பதாகவே தெரியவில்லை.

ஆயிரங்கால் மண்டபம். கலைரசம் ததும்பும் யோகினி ரூபச் சிற்ப வடிவங்கள். பெண்ணுருவம் கொண்ட அச் சிற்பங்களின் ரூப லாவண்யத்தைச் சொல்லி முடியாது. இனிமை, அழகு; நாணம், ஆனால் ஆகர்ஷிக்கும் கோலம்; அழைப்பு, அதன் ஊடே பண்பு தோய்ந்து, யுகயுகமாக நம்முள் ஊறி நிற்கும் அடக்கம். தூண்கள் மறைவில் நின்ற இந்த யோகினிப் பெண்களுக்கு சாம்பு தன் ஆவியைப் பறிகொடுத்துவிட்டான். அவன் கனவுதான் காண்கிறான். நிஜ உலகில் இதெல்லாம் பார்க்க முடியுமா?

"இதுதான் கர்ப்பக்கிருகம்," என்று சொல்லி சந்திரஹாஸன் அவனை ஒரு குகைக்குள் அழைத்துச் சென்றான். கும்மிருட்டு. நாலா பக்கமும் கரகரவென்ற கருங்கல் தளங்கள். ஒரே ஒரு ஸ்தூல பொன்விளக்கு. அதன் சுடர் ஒளியில் தேவியின் கரும் முகம் பளிச்சிட்டது.

"இவளே துர்க்கை என்னும் ரேணுகாதேவி, எங்கள் அகத்தின் அன்னை," என்றான் சந்திரஹாஸன் கம்பீரமான குரலில்.

"இங்கே காமேஷ் வருவதுண்டா?"

"தெரியாது. தேவிக்குப் பின்னால் பத்மாசனமிட்டு சமாதியில் அமர்வதுண்டு என்று கேள்விதான்."

சாம்பு மறுபடியும் ரேணுகாவை நோக்கினான். மிக

விசித்திரமான விக்கிரகம். கற்சிலை. ஆனால் பூமியிலிருந்து முகம் மாத்திரமே எழும்பி நின்றது. தலையில் நாக கிரீடம். அந்த முகத்தில் தவழ்ந்த புன்னகையின் ஒளி சாம்பு உள்ளத்தில் ஊடுருவிப் பாய்ந்தது. அமைதியும், வீரமும் ஒன்றோடு ஒன்று அப்படி மோதிக்கொண்டு அதில் கூத்தாடின. ஆதியில் காமேஷ் ஒரு பாழடைந்த சக்தி கோவிலில் இருந்துகொண்டுதான் படைவீரர்களைச் சேர்த்தான் என்று அவன் கேட்டிருக்கிறான். அந்த தேவி இவள்தானோ?

"தேவியின் முகம் மாத்திரம் வெளியே தெரிவதன் தாத்பரியம் என்ன," என்று சாம்பு கேட்டான்.

"தேவியின் தேஜஸ் பூமியில் அமிழ்ந்து சுவர்ணமுகி தீர்த்த வாயிலாக வெளிவருகிறது. அதை உட்கொள்ளும் சக்தி வீரர்கள் தெய்வீக அருள் பெறுகிறார்கள்."

யோஜனையுடன் சாம்பு வெளியே வந்தான். வழிநெடுக அவன் கண்ட ஒவ்வொரு பெண்ணும் ரேணுகாவின் வடிவழகு கொண்டு, மன்மத பாணங்கள் எய்வதுபோலிருந்தது. பார்வைக்கு மற்ற ஆதித்தியர்களைப் போலவே தோன்றினாலும், சக்தி பட்டணத்து ஜனங்களிடம் ஓர் அலாதி பொலிவு நிலவுவதை அவன் கண்டுகொண்டான்.

சாம்புவின் கண்கள் சுழன்றன. தூக்கம் தலையைக் கிறுகிறுத்தது. அவன் எப்போது படுக்கையில் விழுந்தான் என்று அவனுக்கே தெரியாது. கோவிலுக்குப் போக வேண்டாமா? அர்த்தஜாம பூஜை சமயத்தில் தத்துவ சக்கிர வைபவங்கள் நடக்குமே! ஒருவேளை காமேஷ் அங்கே வந்திருந்தால்? அவன் கண்முன் திரைப்படங்கள் சுழன்று சுழன்று மறைந்தன. அதாவது காமேஷை அவன் மறுபடி கண்டு பேசுவது போன்ற ஒரு சித்திர விளக்கம்.

கர்ப்பக்கிருகத்திற்குப் பின்னால் ஒரு குகை. அதன் வளைந்த வாயிலில் ஆபாசங்க முறையில் சித்திரங்கள். அந்த இடத்தில்

160

சிற்பி, யோகினியென்றும், தேவியென்றும் செதுக்காமல், வீரர்கள் பற்பல வீரதீரச் செயல்களைப் புரிவதுபோல் வடித்திருந்தான். வரும் சக்தியுக முடிவில் உண்டாகப்போகும் கோர யுத்தத்தை அது பிரதிபலித்துக் காட்டியது. உள்ளே போனதும் ஒரு நெடும் நடைபாதை. குகை என்று சொல்லமுடியாமல் அப்படி ஒரு சாஜ்வல்யமான வெளிச்சம். சாம்பு நாலா பக்கமும் சுற்றிப் பார்த்தான். இந்த ஒளி எங்கிருந்து வருகிறது என்று புரியவில்லை. இருபுறமுள்ள குகைச் சுவரில் சௌந்தர்யலகரி சுலோகங்கள் பொன் எழுத்தில் பதிக்கப்பட்டு தங்கவொளி வீசின. ஒவ்வொரு சுலோகத்துடன், அதன் யந்திரமும், அக்ஷரமும், பிரயோகமும் கொடுக்கப்பட்டிருந்தன. வியப்பினால் பேசமுடியாமல் சாம்புவுக்கு வாயடைத்துவிட்டது.

தொலைவில் ஒரு நகாசு வேலைப்பாடுள்ள கதவு தெரிந்தது. அங்கு காவலிருந்த சக்திவீரன் இவர்களைக் கண்டதும், முன்னறிவிப்பு கிடைத்திருந்தவன் போலக் கதவைத் திறந்தான். என்ன ஆச்சரியம்! உள்ளே ஒருவித டாம்பீகமும் இல்லாத ஒரு எளிய குகை அறை. அதே மின் சூரியனின் தங்க ரேகைகள் இங்கும் பரவியிருந்தன. எங்கிருந்து வெளிச்சம் வருகிறது என்று அவனுக்கு இன்னும் புரியவில்லை. இந்தச் சக்திவீரர்கள் பலே ஆராய்ச்சி நிபுணர்கள் என்பதில் சந்தேகமில்லை.

இதோ அவன் தேடிவந்த காமேஷ்; ஒரு உருண்டை நாற்காலியில் வீற்றிருந்தான். அன்று கண்டமேனிக்கு அழிவில்லாமல் இருந்தான். நடுத்தர வயது. கட்டுமஸ்தான தேகம். கன்னங்கரேலென்று சுருள் சுருளாக வளர்ந்த கேசம். சிறுவயதில் அவனைக் 'குடாகேசி' என்றுதான் அழைப்பது வழக்கம்.

தாடி மீசையுடன், ஓர் அசாதாரண சாமியாரைப் பார்க்கப் போகிறோம். கண்டவுடன் 'என்னடா இந்த வேஷம்' என்று கேட்கவேண்டுமென்று திட்டம் போட்டிருந்த சாம்பு திகைத்துவிட்டான். அவன் வாய் உலர்ந்து, நாவறண்டுவிட்டது. உதடுகளைக் கூட்டிக்கொண்டான். சுற்றுமுற்றும் பார்த்தபடி திருதிருவென்று விழித்தான்.

காமேஷ் சொன்னான்: "குடிக்க ஜலம் வேண்டுமா? அதோ அந்தக் கண்ணாடி ஜாடியிலிருக்கிறது. எடுத்துக் குடி. கொண்டு கொடுக்க இங்கே 'கிளாஸ் போர்' ஆசாமிகள் கிடையாது."

சாம்பு தன் தாகத்தை லட்சியம் செய்யவில்லை. அவன் அடக்கிவைத்திருந்த வார்த்தைகள் அவ்வளவையும் அப்படியே கொட்டிவிட்டான். "உன்னைப் பார்க்க பர்மிட் வாங்க நான் பட்ட பாடு! அப்பப்பா! சொல்லி முடியாது. இதெல்லாம் என்ன காமேஷ், ஒன்றுமே புரியவில்லையே!"

காமேஷ், சிரித்தான். என்ன அழகான தந்தப் பற்கள்! அதே சிரிப்பு. வாய்விட்டு ஒலி முழங்கும் சிரிப்பல்ல அது. உள்ளம் பூரித்து, வெற்றிவாகை சூடிப் பெருமிதம் பொங்கும் நகை. ஏளனம் நிரம்பியது. அவன் சிரிப்பை நிறுத்திக்கொண்டு சாம்புவை மௌனமாகப் பார்த்தான். ஒளியிழந்த இந்த நாட்டின் விளைவுகளை விழியினால் விளக்க முடிந்தால்... அந்தத் தீபக்கண்கள் எல்லாவற்றையும் விளக்கியிருக்கும்.

"உனக்கு ஆச்சரியமாகத்தானிருக்கும். ஆனால், விஷயம் தெரிந்தால் நீயும் சிரிப்பாய். நம்மவர்களின் தாழ்வு மனப்பான்மைக்கும், வீண் பிரதாபங்களுக்கும் அச்சம்! பயம்! கவலை! நமுத்துப்போன தீக்குச்சியைப் பற்றவைக்க முடியுமா? நம் நாட்டவர்கள் உள்ளத்தில் மறுபடியும் தீயை மூட்ட இந்தச் சக்தி வழிபாட்டைத் துவக்கினேன்."

"சக்தி மோகத்தில் முழுகி வாழ்கிறார்களே சத்யோத்தியா வாசிகள், அதையா சொல்கிறாய்? நீ உளநூல் சாத்திரம் பழகியிருப்பது வெகு அழகுதான்." சாம்புவுக்குக் கோபமாக வந்தது.

"அப்படியானால் நிச்சிந்தையான இந்த வாழ்வை விட்டு மறுபடியும் கொன்றழிக்கும் கவலைக்குழியில் விழத்தயாரா என்று நீ அவர்களைக் கேட்டுவா."

"சரி, சரி. முதலில் உன் கதையைச் சொல்லித் தொலை. அப்புறம், மற்றதைப் பேசிக்கொள்ளலாம்," என்றான் சாம்பு.

"அதுதான் சொல்லிவிட்டேனே! ஆதித்தியர் மனதில் கிலி. யுகயுகாந்திரமாக நம் அகத்தின் அடித்தளத்தில் வளர்ந்துவரும் தாயின் சாயலான சக்தியே நமக்கு பலம் கொடுக்கிறது. அதனால் ஜனங்கள் பயத்தைப் போக்க நானும் இந்த சக்திப் பாலை ஊட்ட முனைந்தேன்."

"தெய்வத்தைக் குறித்து பரிகாசமாகப் பேச உனக்கு எப்படி நா எழும்பிற்று!" சாம்பு அவனைக் கடுமையுடன் பார்த்தான்.

காமேஷ் புன்னகையுடன் பதில் சொன்னான்: "நீ நினைப்பது தவறு. பரிகாசம் யார் செய்தார்கள்? நான் கண்ட உண்மையைத்தான் பிறகு ஜனங்களுக்கு விளக்கினேன்."

"அது என்னவோ!"

"என் பெற்றோரை உனக்குத் தெரியுமே. காளைப் பருவத்தில் என் மனதில் தளும்பிநின்ற துடிப்புகளைச் சொல்லி ஆற அவர்கள் சந்தர்ப்பம் கொடுக்கவில்லை. சஞ்சலப் பிசாசுகள் என்னைக் கலக்கின. வேலையில்லாத் திண்டாட்டம் வேறு! என்ன செய்வது? அந்தச் சமயத்தில் நான் தாத்தாவுடன் தேவி உபாசனை செய்துகொண்டிருந்தேன். அதன் மூலம் எனக்குண்டான பாதுகாப்பு உணர்ச்சி, கதகதப்பான ஓர் இன்பம் ஊட்டியது. யோசித்தேன். கொன்றழிக்கும் கவலையிழந்து விடுபட ஜனங்களுக்கு இதைப்போல ஒரு கருவியும் உதவாது என்று தெளிந்தேன். நீயே பார்த்தாயே, சத்யோத்தியாவில் எல்லோரும் எப்படி சந்தோஷமாக வாழ்கிறார்கள்!"

"அகத்தை உறுதிப்படுத்த பக்தி மாத்திரம் போதாது - என்று காமத்தை பின்னோடு அழைத்துக்கொண்டாயாக்கும்!"

"கலவி மனிதனுக்கு ஒரு கடமை என்றுகூடச் சொல்லுவேன். அதனால் அவன் கவலைதீர்ந்து சுகமாக வாழ்வான். தனிப்பட்ட குணம் பெருகவேண்டுமானால் அமைதி வேண்டும், பாதுகாப்பும் வேண்டும். கூட காமமும் தேவை. நீ ஏன் பயப்படுகிறாய்? சத்யோத்தியாவில், மதம் ஒரு மாயையாகக் காண்கிறதா?"

"ஆமாம், நீ அதை ஜனங்களுக்காக அப்படி வேண்டுமென்றே நிர்ணயித்திருப்பதுபோலப்படுகிறது."

"இருக்கட்டுமே. அவர்களைப் பொறுத்தவரையில் அந்த மாயை உண்மை. அதில் சுழலுவதே இன்பம். சக்தி பலத்தைக் கொடுக்கும். அடிமனத்தில் ஆழத்திலிருக்கும் குறுகுறுப்புகளை அடக்கும். மனதைத் தட்டி சமாதானப்படுத்த சக்தி வழிபாடுகளைப்போல ஒன்றும் உதவாது."

"என்ன உன் அகம்பாவம்! பக்தியை ஒரு கருவியாகக் கொண்டிருக்கிறாயே! பாவம்! சக்தியோத்தியாவாசிகள், தெரியாமல் உன் கூப்பாடுகளுக்கெல்லாம் ஆடுகிறார்கள்!! உன் சக்திவீரர்கள் மாத்திரம் இதற்கெல்லாம் விலக்கு – என்ன?"

"என்ன அப்படிச் சொல்லுகிறாய்? இவர்களும் சத்யோத்தியா வாசிகளாக நாம் சங்கீர்த்தனம் செய்துகொண்டு இருந்தவர்கள்தாமே! அப்புறமாக என்னைப் போல அவர்கள் மனத்திற்கும் உண்மை புலப்பட ஆரம்பித்துவிட்டது. எனக்குப் பிற்பாடு ஏற்பட்ட அனுபவத்தைக் கேட்டால் உனக்கு எல்லாம் விளங்கும். முதலில் பக்தியினால் உண்டான இனிமையான பாதுகாப்பு உணர்ச்சி என்னைப் போர்த்தி மூடிக் காத்தது. பிறகு சிந்தனை மேலும் மேலும் வளர, புத்தி தெளிவு பெற ஆரம்பித்தது. என் மனோபாவம் வேறுபட்டது. ஓகோ? உள்ள நிறைவினால் இத்தனை சக்தி உண்டாகுமா? அப்போது அகத்தில் பலத்தை வளர்த்தால் அது, கவலை, பயம், தாழ்வுமனப்பான்மை எல்லாவற்றையும் பொசுக்கி விடுமே. நான் இந்த அகத்தீயை வளர்த்துக்கொண்டே போனேன். என்னைப்போல பலர், விடுதலை அடைந்து, ஏன் எப்படி எதற்கு என்று கேள்விகள் கேட்கத் தலைப்பட்டார்கள். சக்தி தந்திரத் திரைக்கும் அப்பால் சென்றால்தான் அந்த ஞானக்கூடத்தை அடையலாமென்று நாங்கள் அறிந்தோம். எல்லோருமாக இங்கே வந்தோம். அதற்குப்பிறகு, ரசாயன திடப்பொருள்களைக் காய்ச்சி ஆவியாக்கி, அவ்வாவியைக் குளிரவைத்துத் திரும்ப உறையச் செய்வதுபோல இவர்களைப்

பழக்கிப் பக்குவப்படுத்தினேன்."

"அப்போது சக்திவீரர்களைத் தேர்ந்தெடுக்கும் காரியம் சத்யோத்தியாவில் இன்னமும் நடக்கிறது என்று சொல்லு."

"ஆமாம். கவலையில்லாமல் சுகவாழ்வு வாழவேண்டு மென்பவர் இப்படியே சக்தி கிருகங்கள் போய் வந்து கொண்டு இன்புற்று இருக்கலாம். வாழ்வென்றால் இப்படி சக்தி மந்திரம் ஓதுவதுதானா? இதற்குமேல் கிடையாதா என்று எவன் கேட்கிறானோ, அவன் படிப்படியாக சக்தி நிவாஸுக்குப் பிரயாணப்படலாம். இறுதிப் பரீட்சைகளில் தேறினால் காந்தியுள்ள எங்கள் பட்டணத்தைச் சேரலாம்."

"ஏதோ உளநூல் ஆராய்ச்சி நடத்தினானாம். இந்த பக்தி வேள்வியைக் கருவியாகக் கொண்டு, மனித ஜன்மத்தையே புதுப்பித்துவிட்டதாகப் பிதற்றுகிறான்?" சாம்பு எரிச்சலுடன் சொன்னான்.

அவன் பேசிக்கொண்டிருக்கும்போதே, சட்டென்று மின்னொளி மறைந்துவிட்டது. இருள் அவர்களைச் சூழ்ந்து கொண்டது. இதென்ன அந்தகாரம்? அவன் இப்போது துர்க்கை கோவிலுக்குள் வந்துவிட்டானா? கர்ப்பக்கிருகத்தின் கதகதப்பான சூடா இது? தாயின் உதிர கணப்பைப் போல, இதமான ஒரு பாதுகாப்பு உணர்ச்சியைக் கொடுக்கிறதே! இதென்ன மாயை! ஏதோ ஒன்று அவனைச் சூழ்ந்துகொண்டு அவன் உள் உணர்வைக் கொல்லுகிறதே!

"ஜெ பவானி! ஜெ காளி!"

யாரது, மூலவிக்கிரகத்தைத் தொழுது நிற்கும் அந்த உருவம்? தீபாராதனையின் தீபவொளியில் முகம் நெருப்பைப் போல கொழுந்துவிட்டுப் பிரகாசிக்கிறதே!

காமேஷ்! ஆமாம். அவன்தான். ஏறுபோல் நிமிர்ந்த நடை. ஆனால் ஏன் இப்படி உருவம் மறைவதும், திரும்பிச் சேருவதுமாக அடிக்கடி கரைந்துவிடுகிறது?

பவ, பவான், ஈசான என்பது போல அவன் பக்கத்தில்

பல சக்தி வீரர்கள் நின்றுகொண்டிருந்தார்கள், இரும்புத் தகடுகளைப்போன்ற மார்புகள். விரிந்த கண்கள், திடங்கொண்ட பார்வைகள், தீபாராதனைக்குப் பிறகு, அவர்கள் காமேஷுக்குப் பின்னால் ராணுவ நறுக்குடன் நடந்துபோய் பிராகாரத்திலிருந்து ஆயிரங்கால் மண்டபத்திற்குள் நுழைந்தார்கள்.

அதே சமயத்தில் சக்தி மாதாக்களைப்போல ஒளிவீசும் பெண்கள் கூட்டம் மண்டபத்தை அடைந்தது. காதில் குண்டலங்கள் தொய்ய, கழுத்தில் முத்துமாலைகள் அசைய, இடுப்பில் மேகலைகள் மிதக்க, பொங்கிவரும் பெருநிலவு போல மின்னல் வடிவங்கள், சாம்பு கண்திரை முன் நின்றன. அவர்களது நெற்றிக்கீற்றின் செந்தூரத் திலகங்கள், கிரணங்கள் போல் பிரகாசித்தன. பைரவர்களும், பைரவிகளும் வட்டமாக உட்கார்ந்துகொண்டார்கள். ஒவ்வொரு பைரவியும் அந்தந்த பைரவனுடைய இடது பாகத்தில் அமர்ந்தாள். நடுவே சத்திராஜித் தனது இஷ்ட சக்தியுடன் இருந்தான். பஞ்சதத்துவ ஹோமம் தொடங்கியது. சாம்புவுக்கு மெய்சிலிர்த்தது. கம்மென்ற வேதகோஷம் அவனுள் புரையேறிச் சென்றது. பைரவிகளும் பைரவர்களும் ஒருவரையொருவர்...

படுக்கை முள்ளாகக் குத்திற்று. என்ன? இத்தனையும் கனவா? நிஜம் என்றல்லவா எண்ணியிருந்தான்? அவன் கண்விழித்துப் பார்த்தான். சன்னல் படுதாக்கள் ஊடே கருகருவென்று வெளிச்சம் வானில் பரவிக்கொண்டிருந்தது. சிறிது நேரத்திற்கெல்லாம் சூரியன் உதித்துவிடுவான். அப்போது அவன் அர்த்தஜாமப் பூஜைக்குப் போகவில்லையா? பின் அவன் கண்டது? காமேஷைப் பார்த்துப் பேசினது? கனவில் வேதமந்திரம் ஒலிக்குமா? உளநூல் சாத்திரம் பேசமுடியுமா? இல்லை, அவனுடைய உள்அறிவே அங்கே நடந்ததை யாவும் அவனுக்கு உணர்த்திவிட்டதா? ஒருவேளை, இப்படி அவன் கண்களுக்குத் திரையிட்டு, சித்திர விளக்கங்கள் காட்ட, இந்தச் சக்தி வீரர்கள் ஏதாவது கருவி உற்பத்தி செய்திருப்பார்களோ? அப்படி நினைத்தானோ இல்லையோ, காமேஷின் சிரிப்பு கடகடவென்று அவன் காதில் ஒலித்தது.

ஒன்றும் புரியாமல் ஏதோ யந்திரம்போல காலைக் கடன்களை முடித்தான் சாம்பு. அதற்குள் சந்திரஹாஸனும் வந்துவிட்டான். அவன் சிரிக்கும்போதெல்லாம் கண்களுக்கடியில் உள்ள சதை சுருங்கி அழகான கீற்றுக்கோடுகள் - வரையும்.

இப்போது சந்திரஹாஸனின் கண்களைச் சந்தித்ததும் சாம்புவுக்குத் தூக்கிவாரிப் போட்டது. தான் கண்ட கனவை அறிந்துகொண்ட மாதிரி அல்லவா அவன் பார்க்கிறான். அந்தச் சிரிப்பும், 'எல்லாம் தெரியும்' என்ற பாணியில் உடைந்து சிதறுகிறதே ! இதென்ன பிரமை! ஒருவேளை இரவில் அவன் அருந்திய அந்த ருசியான தன்வந்திரி பால் என்பதில் ஏதாவது கலந்திருப்பார்களே! அவனுக்கு ஒன்றுமே தோன்றவில்லை.

"புறப்படலாமா?"

"எங்கே?"

"காலயந்திரக் கட்டிடத்திற்கு உன்னை அழைத்துப் போய் மகாகாலன் என்ற பேரறிஞனிடம் சேர்ப்பிக்கும்படி எனக்கு உத்தரவு."

"காலயந்திரமென்றால்?"

"பல வருடங்களாகப் பாடுபட்டு, ஆராய்ச்சி செய்து, மகாகாலனைப் போன்ற விஞ்ஞானிகள் இந்த நிறுவனத்தை ஏற்படுத்தியிருக்கிறார்கள். இதற்குள் போனால், நீ சென்ற நிகழ்ச்சிகளிலும், வரப்போகும் சம்பவங்களிலும் கலந்து கொள்ளலாம்."

"சரிதான். ஜோஸ்ய சாத்திரத்தை கேலி செய்த காமேஷா இதை உண்டு பண்ணியிருக்கிறான்?" சாம்பு குரலில் ஏளனம் ஒலித்தது.

"இந்த ஸ்தாபனமே, சரித்திர ஆராய்ச்சியுடன் சம்பந்தப்பட்டது. அதற்கு மாத்திரமே இந்தக் கருவியை உபயோகிக்கிறார்கள். மற்றவர்களுக்கு இந்த இடத்தில் என்ன நடக்கிறது என்று தெரியாது. உள்ளே போய்ப் பார்க்க அனுமதியும் கிடையாது.

நிறுவனக் கட்டிடத்தில் உழைக்கும் நூற்றுக்கணக்கான விஞ்ஞான உழைப்பாளிகள், அந்த யந்திரத்தை ஒன்றுபடுத்த உதவினாலும், அதன் முழு விவரத்தை அறியமாட்டார்கள்."

வண்டியில் போகும்போது சாம்பு கேட்டான்:

"நேற்றிரவு நாம் கோவிலுக்கு மறுபடி போனோமா?" சந்திரஹாஸன் முறுவலித்தான். "நீ பார்த்தது பொய்யாக இருக்க முடியுமா?"

சாம்பு திடுக்கிட்டான் "நான் கண்ட சுவப்பனத்தைப் பற்றி உனக்கு எப்படித் தெரிந்தது? அது நிஜமாகவே சுவப்பனம்தானா?"

"நீ எப்படி நினைக்கிறாயோ, அப்படித் தோன்றும்."

"ஒரு சந்தேகம். 'தம் அந்தரங்க உணர்வு பலங்கொண்டு விட்டதால், சக்தி வீரர்களுக்குப் பாதுகாப்பு உணர்ச்சி உண்டாயிற்று' என்று காமேஷ் சொன்னான். பெண்ணுக்கும் அப்படித்தானா? உங்களுடன் வாழும் இந்தச் சக்திப் பெண்களுக்கு யார் துணை? அவர்கள் என்ன நினைக்கிறார்கள்?"

"நீயே கேட்டுத் தெரிந்துகொள்," என்று சந்திரஹாஸன் சொல்லி முடிப்பதற்குள் காலயந்திர ஸ்தாபனம் வந்துவிட்டது. மற்றும் ஒரு பிரம்மாண்டமான கட்டிட அமைப்பு. வெளியே நூற்றுக்கணக்கான எஃகு கோபுரங்கள், மின்சார சக்திக் கூடங்கள். அவர்கள் நடந்துபோன தாழ்வாரங்கள் நெடுக பற்பல கருவியந்திரங்கள். அறை அறையாக யுவயுவதிகள் கருவி உற்பத்தியிலோ, ஆராய்ச்சியிலோ ஈடுபட்டு வேலை செய்துகொண்டிருந்தார்கள். ஒரு அறைக்கதவு திறந்து கொண்டது. பெண் ஒருத்தி அவர்களை வரவேற்றாள்.

"சக்திவீரன் மகாகாலன் வர கொஞ்சம் தாமதமாகும். மன்னிப்பு கோரி, உங்களை இங்கே இருக்கச் சொன்னான்." அவள் அறைக்கதவை விசாலமாகத் திறந்து வைத்துக்கொண்டு அவர்களை உள்ளே அழைத்தாள்.

"இல்லை, நான் போகவேண்டும். நீ சாம்புவை கவனித்துக்கொள்." சந்திரஹாஸன் அவனைப் பார்த்து அவனுக்குச் சொந்தமான அதே புன்னகை புரிந்தான். இந்த ரகசியத்திற்கு நாமிருவரும் பங்காளிகள் என்றது அந்தப் பார்வை.

அவர்கள் இருவரும் பேசிக்கொண்டது ஒன்றுமே சாம்புவின் காதுக்கு எட்டவில்லை. அவன் கவனம் முழுவதும் அந்தப் பெண்மேல் இருந்தது.

இதை உணர்ந்தவன் போல சந்திரஹாஸன் சொன்னான்: "இவள்தான் குஹ்யகாளி. மகாகாலனின் அந்தரங்கக் காரியதரிசி. உன்னை கவனித்துக்கொள்வாள்." அவன் சட்டென்று போய்விட்டான்.

சாம்புவுக்கு அதிர்ச்சி தெளியயவில்லை. அவளைப் பார்க்கப் பார்க்க அவனுடைய திகைப்பு அதிகரித்தது.

குஹ்யகாளி அவனை செளகரியமாக ஒரு இடத்தில் அமர்த்தினாள். வேண்டிய உபசாரங்களைச் செய்தாள். பிறகு தன் காரியத்தில் ஈடுபட்டாள். அவள் குறுக்கும் நெடுக்குமாகப் போவது, இரும்பு அலமாரிகளைத் திறப்பது, காகிதங்களைப் பார்வையிடுவது, அடிக்கடி 'இன்டர்காம்' வழியாகப் பேசுவது, இதையெல்லாம் சாம்பு கவனித்துக்கொண்டிருந்தான். பார்க்க அவனுக்கு பிரமிப்பு மேலிட்டது.

அழகு கொஞ்சும் முகம்தான். வாழைக்குருத்தை ஒத்த நிறம். வாளிப்பான தேகக்கட்டு. அதன் வளைவுகளை எங்கிருந்து கவனிப்பதென்றே சாம்புவுக்குப் புரியவில்லை. ஆனால் இதென்ன! அவள் அவனுடைய உன்னிப்பான இந்தப் பார்வைகளைக் கவனித்ததாகவே தெரியவில்லையே! சாதாரணமாக சத்யோத்தியாவில், அழகுள்ள பெண்களிடம் காணப்படும் கண்வீச்சோ, உடல் நொடிப்புகளோ அங்கே காணோம். தன் அழகைப்பற்றி அவள் கொண்ட அபிப்பிராயம் என்னவானாலும், அதைக்கொண்டு அவனை ஈர்க்க அவள் சிரமப்படவில்லை. அவனுக்கு ஆச்சரியம் தாங்கவில்லை.

சத்யோத்தியாவானால் இதற்குள் அவள் அவனை வசியப்படுத்த எத்தனை தந்திரங்கள் புரிந்திருப்பாள்!

காமேஷ் சொன்னமாதிரி இந்தப் பெண்கள் உள்ளத்தில் நிறைவு குடிகொண்டிருக்கிறதோ! அவன் அவளை மௌனமாகப் பார்த்தான். பிறகு மெல்லிய குரலில் கேட்டான். "நீ தத்துவசாத்திர ஹோமங்களை நடத்தப் போவதுண்டா?"

அவள் ஒரு புன்னகையுடன் பதில் சொன்னாள். "நாங்கள் எல்லோருமே போவதுண்டு. ஏன்?" இதில் என்ன ஆச்சரியமென்பதுபோல அவள் அவனைப் பார்த்தாள்.

"ஒரு சங்கதி அறிந்துகொள்ள வேண்டுமென்றுதான் கேட்கிறேன். நான் சத்யோத்தியாவிலிருந்து வருகிறேன். சக்திநிவாஸின் வாழ்வைத் தெரிந்துகொள்ள ஆசைப்படுகிறேன்."

"இந்தப் பட்டணத்தில் நடப்பது எல்லாமே எனக்குத் தெரியுமென்று சொல்லமுடியாது. எத்தனையோ அழுத்த லான விஷயங்கள் உண்டு. இருந்தாலும் தெரிந்தவரையில் சொல்லுகிறேன், கேளுங்கள்."

அப்படிச் சொல்லிவிட்டு, அவள் பதில் சொல்லத் தயாராவதுபோல, தான் செய்துகொண்டிருந்த வேலையை நிறுத்திக்கொண்டு, மேஜைமேல் முழங்கைகளை ஊன்றியபடி, அவனை நோக்கினாள்.

அவன் சொன்னான்: "ஒரே ஒரு பிரச்னைதான். அடிமனத்தின் சக்திவன்மையால், ஆத்ம விசாரணை நடத்தி, சக்திவீரர்கள் மனசாந்தி அடைவதாய்க் கேள்விப்பட்டேன். பெண்களுக்கும் அப்படித்தானா? சக்தி மாதாக்களான உங்கள் மனதிற்கு யார் துணை இருக்கிறார்கள்?"

"அதே சக்தியின் அரவணைப்பே எங்களையும் காக்க வல்லது."

"அப்போது உங்கள் அர்த்தநாரி பாவம் என்ன ஆகும்?"

"ஓகோ! சரியான முறையில் எல்லாவற்றையும் கற்று

வைத்திருக்கிறாய் என்று தெரிகிறது. தத்துவ சாத்திர வழிபாடுகள் நடக்கும்போது மாத்திரமே, அந்த பாவத்தை அனுபவிக்கிறோம். மற்றபடி, லௌகீக வாழ்வில் எங்களைத் தந்தைபோல் பாதுகாப்பவன், குலபதி."

"அது யார்?"

"உங்களைப் போல எங்களுக்குள் விவாகமென்றும், தனிமனை என்றும், குடும்பமென்றும் விதிகள் கிடையாது. நாங்கள் சின்னஞ்சிறு தொகுதிகளாகச் சேர்ந்து வாழ்கிறோம். ஒவ்வொரு தொகுப்பிற்கும் ஒரு குலபதி உண்டு. அவன் எங்களைத் தந்தையைப்போல ஆதரித்து கவனிப்பான். எங்கள் வாழ்வில் பங்குகொள்வான். உதாரணமாக, யோகம், தியாகம், பிராணாயாமம் என்று தினம் பழகிவந்துங்கூட, ஆத்ம விசாரணையில் சிக்கல் உண்டாகலாம். அப்படியானால் குலபதி, தந்தையைப் போல, எங்களுக்கு அறிவு புகட்டி உண்மையைக் காண ஒத்தாசையாக இருக்க வேண்டும். சந்திரஹாசன் ஒரு குலபதி. மகாகாலனும் அப்படியே.

அப்போது கதவு திறந்துகொண்டது. மகாகாலன் வந்துவிட்டான். இந்தத் தடவை சாமியாராக இல்லாவிட்டாலும், தாடியுடன் கூடிய ஒரு முகம் அவனை அமைதியுடன் பார்த்தது. குழிந்த கண்களில் அமிழ்ந்த அன்பு தெளிந்து நின்றது.

குஷ்யகாளி செய்த உபசாரத்திலிருந்து அவன் ஒரு மகாவீரனே என்று தெரிந்தது.

"புறப்படலாமா? எந்தக் காலத்துக்குப் பிரயாணப்பட ஆசைப்படுகிறாய்?" அவன் முகத்தில் தோன்றிய குறி, இப்படியும் ஒருவனுக்கு நப்பாசை இருக்குமா? - என்று கேட்பதுபோல இருந்தது.

"ஆதித்தியன் சக்திநிவாஸ் தலைவனுக்குச் சொல்லி அனுப்பித்த சமயத்தைப் பார்க்க ஆவலாக இருக்கிறேன்."

அவன் மௌனமாக நடைபாதைகளைக் கடந்து சென்றான். சாம்புவும் கூடவே போனான். பல அறைகள். முகப்பில்

காலக்குறியின் பலகைகள் தொங்கின. கடைசியாக ஒரு அறை முன் அவன் நின்றான்.

"இந்த அறைக்குள் போனவுடன் நீ அந்தக் காலத்திற்குப் போய்ச் சேர்ந்துவிடுவாய். சம்பவங்களில் நீ பங்கு கொள்ள முடியாது. உன்னையும் அவர்கள் பார்க்க முடியாது, நீ பேசினாலும் அவர்கள் காதில் விழாது. ஆனால் நீ எல்லாவற்றையும் பார்க்கலாம் பதினைந்து நிமிடங்களுக்குப் பிறகு நான் விசையை அழுக்கிவிடுவேன். அப்போது அறை இருண்டுவிடும். உடனே நீ வெளியே வந்துவிடு," என்றான் மகாகாலன்.

சாம்பு படபடக்கும் நெஞ்சுடன் உள்ளே போனான், சில விநாடிகளுக்கு எங்கும் இருள் மூண்டிருந்தது. பிறகு பளிச்சென்று ஒரு மின்னல் வெட்டு புறப்பட்டது.

ஓர் அழகான அறை. ஆதித்தியனின் அரண்மனை என்று சந்தேகமில்லாமல் தெரிந்தது. நேர்த்தியான அமைப்புக்கள். அவன் மேலே யோசிக்குமுன் ஆதித்தியன் தோன்றினான். இதற்குமுன் காணாத சர்வோத்தமனைக் கண்டதும் அவன் கண்கள் கூசின. ஆதித்தியன் எப்படியிருப்பான், முகலட்சணம் எவ்விதம் – மேனியழகு என்ன மாதிரியென்று எண்ணிப்பார்க்கவே அவன் வெட்கப் பட்டான். அதற்குள் காமேஷ் உள்ளே பிரவேசித்து விட்டான்.

அவன்தானா? எதற்கு இந்த முண்டாசு? முகமும் ஏதோ போலிருக்கிறதே! அவனைப்போல் இல்லையே! சிரிப்பென்னமோ அதேமாதிரி தோன்றுகிறது! ஒருவேளை மாறுவேஷம் போட்டிருக்கிறானோ!

"சர்வோத்தமா – கூப்பிட்டீர்களா?" என்று கேட்டான், காமேஷ். இருவரும் கைகூப்பினார்கள். அவனும் தலை வணங்கவில்லை. ஆதித்தியனும் குருவென்ற ஹோதாவில் அவனை வரவேற்கவில்லை.

"ஆமாம். நாட்டில் அராஜகம் கோரரூபமெடுத்தது. சங்காயித்தைத் தொலைக்க உன் உதவியை நாடினேன். நீ என்ன என்றால்,

ஒரேமுட்டாக எல்லாவற்றையும் பாழாக்கிவிட்டாய்," என்றான் ஆதித்தியன்.

"புரியவில்லையே! இன்னும் ஏதாவது கிளம்பிவிட்டதா?"

"கிளம்பவாவது, அமுங்கிவிட்டது."

"என்னது?"

"ஜனங்கள் உபயோகமற்றுப் போய்விட்டார்கள். இனிமேல் ஆதித்திய நாட்டைக்கண்டு உலகம் சிரிக்கப்போகிறது," என்றான் நாட்டின் செல்வன்.

காமேஷுக்கு விஷயம் புரிந்ததோ, இல்லையோ, அவன் மௌனமாக, மேலும் விளக்கு, என்னும் பாவத்தில் காத்திருந்தான்.

ஆதித்தியன் சொன்னான்: "ஜனங்கள் தேவி ஆராதனை ஒன்றில் மாத்திரமே ஊக்கம் காட்டுகிறார்கள். நீ சொல்லிக் கொடுத்த பாடம். அவர்கள் நாம சங்கீர்த்தனத்திலேயே பொழுதைக் கழிக்கிறார்கள். மற்றபடி தாயை அண்டி வாழும் சிசுக்களைப் போல ஆகிவிட்டார்கள். கேட்டது கிடைக்க வேண்டும்; சுகம் வேண்டும்; விளையாட்டு வேண்டும்; இன்பம் வேண்டும். சொன்னபடி உழைக்கத் தயார். ஆனால், அதற்கேற்ப பொறுப்பை ஏற்கத் தயாரில்லை. இந்த ஜனங்களை வைத்துக்கொண்டு நான் நாட்டை எப்படி முற்போக்குப் பாதையில் விடுவேன்? வர்த்தகம், தொழிற்பணி, நவீன சாதனங்கள், விஞ்ஞான ஆராய்ச்சி யாவும் எப்படி நடக்கும்? கை கால் இல்லாத முடவனுக்கு நான் என்னத்தைச் சொல்ல! நடக்கச் சொல்லிக்கொடுப்பது போல் ஆகிவிட்டது. ஆதித்திய நாட்டார் கையாலாகாதவர்கள், உபயோகமற்றவர்கள்." ஆதித்தியனுடைய சூரிய தேஜஸான முகம் அழகாகச் சிவந்தது.

"ராமபாணப் பூச்சி"... என்று காமேஷ முணுமுணுத்தான்.

"என்ன?"

"அவன் விரிவாகச் சொன்னான்; பல வருடங்களாக நாட்டில் மூண்டிருந்த அராஜகம் ராமபாணப் பூச்சியைப் போல சமுதாயத்தை ஊடுருவி, ஏடுருவி, அழித்துவிட்டது. அது, ஆதித்திய நாட்டின் புறவாழ்க்கையைச் சிதைத்ததுமல்லாமல், அகவாழ்வையும் அரித்துத் தின்றுவிட்டது. வெகுநாட்களாக ஸ்திரமற்ற, அநிச்சயமான சூழ்நிலையில் தத்தளித்ததால் நாட்டான், தனக்கென்று தைரியமாக ஒரு காரியத்தை நடத்தும் இயல்பை இழந்துவிட்டான். எஞ்சி நிற்பது பக்தி ஒன்றே."

"அப்படியா சொல்லுகிறாய்? உன்னுடைய இந்த பக்தி போதனையால் அல்லவா ஜனங்கள் இப்படி தேவியின் மாயையில் முழுகிவிட்டார்கள் என்று நினைத்தேன்."

"வாஸ்தவம். ஆனால் வேறு வழி? ஆதித்திய நாட்டவர் அந்தரங்கம், அராஜகக் குழப்பத்தினால் கிடுகிடுத்துவிட்டது. யுகயுகாந்திரமாக மனிதன் மனதில் ஊறிநிற்கும் தாயுருவின் ஆதரவிற்காக எங்கும் ஒரே ஊமை அழுகை. ஜனங்களுக்கு ஒரு பாதுகாப்பு உணர்வு உண்டாக்க வேண்டியே இந்தச் சக்தி வழிபாடுகளைத் துவக்கினேன்."

"ஆனால் சக்தி சக்தியென்று பாடிக்கொண்டிருந்தால் போதுமா. நம் நாட்டின் வாழ்வு என்னவாவது?"

காமேஷ் பதில் சொல்லவில்லை. தலையைத் தொங்கப் போட்டபடி யோசனையில் ஆழ்ந்தான்.

ஆதித்தியன்தான் மறுபடி பேசினான்: "நீதான் மறுபடி உதவவேண்டும். உன் சக்தி வீரர்கள் திறன்கொண்டவர்கள். சாதனையில் வல்லவர்கள்; சோதனையில் வீரர்கள். அவர்களை இங்கே அனுப்பிவைத்தால் நாட்டில் மறுபடியும் சுபிட்சமுண்டாகும்."

காமேஷ் மெதுவாகப் பேசினான் : "வேண்டுமென்றேதான் நான் அவர்களைத் தனியாக அழைத்துப்போயிருக்கிறேன். நம் நாட்டின் சுபாவ பலஹீனங்களைத் தெரிந்துகொண்டுதான், நான் சக்திவீரனது அந்தரங்கத்திற்கு ஊக்கமூட்டி உற்சாகமளிக்க

அவனைத் தனிமையில் அழைத்துப்போயிருக்கிறேன். அவர்களை உலுக்கி எழுப்பி, அவர்கள் ரத்தத்தை ஒரு நிதானமான பக்குவ தட்டில் வைத்திருப்பது என் பொறுப்பு. இந்த நிலையிலிருந்து சறுக்கி விழுந்தோமோ, போச்சு. அவ்வளவுதான். இங்கே அவர்களை அழைத்து வந்தேன். ஆனால் சீக்கிரத்தில் அவர்களும் மற்ற ஆதித்தியர்களைப்போல ஆகிவிடுவார்கள். அல்லது கட்சிவாதங்களுக்கு உட்பட்டுத் தவிக்கும் நம் ஜனநாயகம் அவர்களை அழித்துவிடும்."

"அவர்கள் இங்கே வரவேண்டாம். அங்கே இருந்துகொண்டே உதவி செய்ய முடியாதா?"

"ரொம்பக் கஷ்டமல்லவா? அரசாங்க நிர்வாகம் எப்படி நடக்கும்? ஆட்சி முறைகளை வகுப்பது எவ்விதம்? மந்திரிசபை ஒப்பவேண்டுமே!"

"அதையெல்லாம் நான் பார்த்துக்கொள்கிறேன்" காமேஷ் தயங்குவது போல, கொஞ்சநேரம் சும்மா இருந்தான்.

"கவலைப்படாதே. எல்லாவற்றையும் ரகசியமாகச் செய்துவிடலாம்."

காமேஷ் அழகாகச் சிரித்தான். அந்த ரகசிய முறுவலைக் கவனித்ததும் சாம்புவுக்கு மறுபடி சந்தேகம் வந்தது.

அவனுடைய காமேஷ்தானா இவன்? "பயப்படவில்லை. அதற்கென்ன? வேண்டுமானால் ஒரு பொது ஜனவாக்கெடுப்பு கூட எடுக்கலாம். அவர்கள் மனம் எப்படிப்போகுமென்று எனக்குத் தெரியும். ஆனால் அது எதற்கு? ஆதித்தியனுடைய உறுதியான வாக்கு இருக்கும்போது நான் பொறுப்பை ஏற்கத் தயாராக இருக்க வேண்டுமல்லவா?" என்றான் காமேஷ்.

பொதுஜன வாக்கெடுப்பா – என்ன துணிவு அவனுக்கு? அதுவும் ஆதித்தியன் முன்னிலையிலேயே இப்படிப் பேசுகிறானே! அப்போது படக்கென்று இருள்வந்து அவ்விடத்தைக் கவ்விக்கொண்டது.

சுவப்பனத்தில் நகர்வதுபோல நகர்ந்து சாம்பு மற்றொரு அறைக்குள் பிரவேசித்தான். மின்சாரம் வேலை செய்யத் தொடங்கியதும், ஆதித்தியனின் அரண்மனையில் இன்னுமொரு பகுதி தெரிந்தது. அங்கே சில மந்திரிகளும், ஒன்று இரண்டு ஜன சபையோர்களும், ஒருசில ஆபீஸர்களும் இருந்தார்கள். பத்து வருடங்களுக்கு முன் சாம்பு சத்யோத்தியாவில் இருந்தபோது இவர்களைப் பார்த்திருக்கிறான்.

"இதென்ன ஊடகமான பேச்சு! ஆதித்தியன் நம்மில் ஒவ்வொருவரையும் தனித்தனியாக அழைத்துப் பேசியதால், விஷயம் ஒன்றுமே புலப்படவில்லை" என்றான், மந்திரி ஜயந்தன். "ஜனங்களுடைய க்ஷேமத்தை உத்தேசித்துப் பார்த்தால், ஜனசபையைக்கூடக் கலைக்க நேரிடுமென்று காமேஷ் சென்னதாகக் கேள்வி. ஜனங்களுக்கு எது நல்லது என்பதைப்பற்றி எங்களைவிட இவனுக்கு என்ன தெரியும்?" என்று சுடச்சுடக் கேட்டான் ஜனசபை ராஜு. "தான் ஏதோ சரித்திரத்தில் தோன்றும் பரமபுருஷர்களில் ஒருவன் என்று நினைத்துக்கொண்டிருக்கிறானா என்ன?" இது மந்திரி ஜயந்தன்.

"நேத்தா, மாந்தாதா ஒருவருமே காமேஷ்-க்கு லட்சிய மில்லையாம். மூவாயிரம் வருடங்களாக ஜீவித்துவரும் இந்த நாட்டின் சரித்திரம் ஒன்றே அவனுக்கு முக்கியமாம். அவன் ஆர்வமெல்லாம் ஆதித்திய நாட்டிற்கே அர்ப்பணம். இப்படிப்பட்ட தேசபக்தன் ஒருவன் நமக்கு வாய்த்திருக்கிறான்" என்றான் ஆபீஸர் சர்மா.

"ஆதித்தியனின் பொறுப்பை அவன் கையில் விட்டவுடன், அதைத் தன் சொந்த வெற்றியாகக் கொண்டாடாமல், தற்போதைய தீவிரப் பிரச்சனைகளை எப்படித் திருத்துவது என்று உடனே யோசிக்க ஆரம்பித்துவிட்டானாம். காலப் பிரமாணங்களையும், சம்பவங்களையும் அவனைப்போல யாராலும் கணிக்கமுடியாது," என்றான் ஆபீஸர் நாத்.

"ஆபீஸர்கள் காமேஷ் கட்சியா? அவன் போட்ட நிபந்தனைகளை அரசியல்வாதிகளான நாங்கள் ஏற்காவிட்டால்? என்னமோ

விலகி நின்றுகொண்டு எங்களை ஒரு தீண்டா ஜனக்கூட்டம் போலப் பார்த்து ஏசுகிறானே!" ஜனசபை சக்திதாஸ் திணறினான்.

மந்திரி அசோகன் பேசினான். "தேசம் வெட்கித் தலைகுனிந்த சமயத்தில் என்னமோ, அவனுடைய சக்திவீரர்கள் தாம் முன்வந்து அதைக் காப்பாற்றினார்கள்."

"துணிந்து காரியத்தில் இறங்குவதில் அவனைப்போல் கிடையாது. எப்போது, எந்தச் சீட்டை எங்கே போட்டால் வெற்றி என்று சரியாகச் சீர்தூக்கிப் பார்க்க காமேஷ்தான் வரவேண்டும்" என்றான், ஆபீஸர் சர்மா.

"அவனும் அவனுடைய சக்திப் படைகளும் இல்லாமல் சங்காயித்துக்காரர்களை நாம் ஒருபோதும் ஜயித்திருக்க முடியாது," என்றான் மந்திரி அசோகன்.

"ஜனங்கள் எப்போதுமே அவன் கட்சி. ராஜ்யபாரத்தில் அவன் பங்குகொண்டால், சுபிட்சமுண்டாகும், விலைவாசி குறையும், கல்விமுறைகள் திருந்தும், வேலையில்லாத் திண்டாட்டம் போகுமென்று அவர்கள் எதிர்பார்க்கலாம்" என்றான் நாத்.

"அவனால் உண்டான இந்த தைரியம்தான் ஆதித்தியனை இப்படித் துணிவுள்ளவனாக மாற்றிவிட்டது. இல்லாவிட்டால் ஜனசபையைக் கட்டியாளுவேன் என்று உறுமுவானா?" என்று கேட்டான் ராஜு.

"அப்போது காமேஷ் ஜனநாயக ஆட்சிமுறைக்கு விரோதியென்று சொல்லு," என்றான் மந்திரி விஜயன்.

"நம் சட்ட நிறுவனங்களைச் சீர்திருத்தவேண்டுமென்று ஆதித்தியன் ஏதா சொல்லவந்தான்..." நாத் சொல்லி முடிக்குமுன் சக்திதாஸ் குறுக்கே கேட்டான்: "நீ என்ன, காமேஷுக்காகப் பரிந்து பேசிக்கொண்டே இருக்கிறாய்?"

நாத் தைரியமாக பதிலுரைத்தான்; "சிலபேரைப் போல நான் அவனை தெய்வமாகவோ, பரம மேதாவியாகவோ கணிக்கவில்லை. தேசத்துக்கு ஆபத்துவந்த ஒரு நிலைமையில் அவன் உதவினான். சங்காயித்தைத் தொலைத்துக்கட்டினான்.

இப்போதும் நமக்கு உதவி செய்ய ஆற்றல் பெற்றவன். அவ்வளவே."

"சங்காயத்தை முதலில் ஜயித்தான். அப்புறம் 'தேவி ஓம் சக்தி' யென்று சொல்லி நம் ஜனங்களையும் கொக்கிபோட்டு இழுத்துவிட்டான்," என்றான் ராஜு.

"அதைத்தான் அவன் முன்னாலேயே செய்துகொண்டு இருந்தானே! சங்காயித்துக்குப் பயந்து, ஓம் சக்தி துணையை நாடி, நம் ஜனங்கள் கூட்டங்கூட்டமாக சக்தி வீரர் குழாம்களை அண்டி வசிக்க ஆரம்பித்துவிட்டார்களே!" இது அசோகன்.

"ஆதித்திய நாடு ஒப்பற்ற பெருந்தன்மையை அடைவதே அவன்குறி' என்று காமேஷ் பலமுறை ஜனங்களிடம் சொல்லியிருக்கிறான்" என்றான், ஆபீஸர் சர்மா.

"இது அவனுடைய ஒரு தனிபாணி. ஏதோ நாடக பாத்திரம் மேடை மீதிருந்து விலகி, வாழ்வில் புகுந்துகொள்வதுபோன்ற ஒரு தோற்றமளிப்பது அவனுக்கு இயற்கை" என்றான் விஜயன்.

"இனிமேல் கருவி உற்பத்திக்கோ, நிதி உதவிக்கோ, மதர்லாந்தை எதிர்பார்க்கவேண்டிய அவசியமில்லை என்று காமேஷ் ஆதித்தியனிடம் சொல்லியிருப்பான் என்று என் ஊகம். தலைவனைக் கைக்குள் போட்டுக்கொள்ள, வேறு என்ன வேண்டும்?" என்றான் ராஜு.

"உனக்கேன் கவலை? ஜனங்கள் எவ்விதமாக நடந்துகொண்டால் உன்னத மக்கள் ஆவார்கள் என்ற பொறுப்பு இனிமேல் ஜனசபையோர்களைச் சார்ந்தது," என்றான் மந்திரி விஜயன்.

ஜயந்தன் சொன்னான்: "எனக்குத் தெரியும், இவன் ஜனங்களை எப்படி சந்தோஷப்படுத்துவான் என்று. டெலிவிஷன், கார், விடுமுறை என்று அவர்களில் சுகானுபவத் தேட்டங்களை விருத்தி செய்துகொண்டே போவான்."

சக்திதாஸ் பொருமினான். "இது சொன்னதாகக் கேள்வி. ஜனநாயக ஆட்சி செவ்வனே நடக்கவேண்டுமானால்

அரசியல்வாதிகள் தன்னம்பிக்கையும், பகுத்தறிவும், பெருந்தன்மையும் காட்டவேண்டுமாம்.”

இதைக் கேட்டதும் ராஜு வெகுண்டான். “அதையெல்லாங்கூட மறந்துவிடலாம். ஆனால் கலவியினால் கவலை தீரும், அதைக்கொண்டு சுகித்தோமானால் நம்மிடையே வெறுப்பு, இறுக்கம், விதண்டாவாதம், பொறாமை, நரம்பு வியாதி இவை குறையுமென்று அடித்துச் சொன்னானாம்.”

“அதுகூடத் தேவலை. அந்தரங்க திகில் நம்மை வாட்டுகிறது என்று பொதுமேடையில் பேசினான் என்று எனக்கு ரொம்பவும் வேண்டியவன் கேட்டு வந்து சொன்னான். ஆபீஸர்கள் பாடுக்களிடம் வேலை வாங்க பயப்படுகிறார்களாம். மந்திரிகளும், தொழிலதிபர்களும் ஒருவரையொருவர் கண்டு பீதி அடைகிறார்களாம். ஜனங்களுக்கு ஜனசபையால் கவலையாம். ஜனசபை ஜனங்களை நினைத்து அச்சங்கொள்ளுகிறதாம். ஆதித்தியனுக்கு மந்திரிகளிடம் சந்தேகமாம். அவர்களுக்கோ அவன் என்ன எண்ணுவானோவென்று திகிலாம். மொத்தமாக நிழலைக் கண்டு நிழலுக்கு பயமாம். போதுமா? இவன் துடுக்குத்தனத்துக்கு ஒரு எல்லையே கிடையாதா?” இத்தனையும் சொன்னவுடன் விஜயனுக்கு வியர்த்துவிட்டது.

“நீ அவனை ஒரு ஞானியாகப் பார்க்கிறாயா?” என்று சக்திதாஸ் நாத் என்னும் ஆபீஸரைக் கேட்டான்.

“சாதுவென்றால் நல்லவன் என்று அர்த்தம். கர்மாவில் நல்லது கெட்டது தெரியாமல் கலந்திருக்குமே! காமேஷ் நல்லவனானால் அவன் கர்மாக்களை எப்படிச் செய்திருக்க முடியும்?” என்றான் நாத்.

“எதுவானாலும், இனிமேல் நம் தேசத்தை எல்லோரும் மதிக்கும்படி செய்வான் காமேஷ்” என்றான், அசோகன்.

“ஆதித்தியன் சொன்னதிலிருந்து, சில திட்டங்களுக்கு நாம் ஒப்புக்கொண்டுதான் ஆகவேண்டும் போலிருக்கிறது,” என்றான் ஜயந்தன்.

அசோகன் சொன்னான்: "ஒரு சௌகரியமான விஷயம். ஆட்சிமுறை விஷயங்களில் காமேஷ் எத்தனை தூரம் கலந்துகொள்ள வேண்டுமென்று நிர்ணயிக்கும் பொறுப்பு ஆதித்தியனைச் சார்ந்தது. அதைப்பற்றி நாம் கவலைப்பட வேண்டாம்." காலயந்திர நிறுவனத்தை விட்டு வெளியே வந்ததும், சாம்பு தள்ளாடி விழுந்துவிடுவான் போலிருந்தது. மாற்றிவைக்கும் மந்திரவாதியைப் போல, காலச்சக்கரம் அவனை அப்படி கிறுகிறுக்கச் செய்துவிட்டது. செத்தேன், பிழைத்தேன் என்று எப்படியோ காரில் ஏறிக்கொண்டு அவன் தங்கியிருந்த குடிலை அடைந்தான். பசியினாலோ என்னமோ தெரியவில்லை, வழிநெடுக அவனுக்கு மயக்கமாகவே இருந்தது. திரும்பிவந்தவுடன் யாரோ அவனைத் தூக்கி எடுத்துச் சென்றது போலவும், படுக்கையில் கிடத்தியது போலவும் தோன்றிற்று. பிறகு சுடச்சுட அவன் தொண்டைக்குள் இனிப்பான அந்த 'தன்வந்திரிப் பால்' வழிந்தோடியது. அதற்குப் பிறகு அவனுக்கு நினைவேயில்லை .

தூக்கத்தில் மறுபடி காமேஷ் தோன்றினதும் அவனுக்கு எரிச்சலாக வந்தது. "இதோ பார், காமேஷ் - உண்மையைச் சொல்லு, நீ வேண்டுமென்றே நன்றாக யோசித்து திட்டமிட்டுத்தானா இந்த வழியில் இறங்கினாய்? தேவி - பக்தி என்று சக்குப்போக்குச் சொல்லாதே. உன்னை எனக்கு நன்றாகத் தெரியும்."

"சாதாரண ஜனங்கள் குருட்டு பக்தி செய்கிறார்கள். அதைவிட உண்மை நம்பிக்கை கொண்டால் ஐயமென்னும் பாம்பு மடிந்துவிடும். பொய்ப்புலி ஓட்டமெடுக்கும்," என்றான் காமேஷ்.

"அதற்காக ஜனங்களை இப்படி ஏமாற்றச் சொல்லியிருக்கிறதா?"

"நான் அவர்களை ஏமாற்றவா செய்கிறேன். கேட்டது கிடைக்கிறதா இல்லையா என்று கேட்டு வா?"

"அப்படியானால் எல்லோருமே சக்திவீரர்கள் ஆகலாமே."

"என் அசுர யோகங்களைப் பற்றி நீ கேள்விப்பட்டதில்லையா? பதஞ்சலி குறித்தபடி, நான் மூன்றுவகைப் பந்தங்கள், பன்னிரண்டு

முத்திரைகள், பத்து மகா முத்திரைகள், ஆறு சத்கர்மாக்கள், எட்டுவித பிராணாயாமங்கள் என்று யோகங்களைப் பழகுவது வழக்கம். இதைக் கண்டு பயந்து என்னுடன் சேரவென்று வந்த சக்தி உபாசகர்கள் எல்லோரும் ஓடிப்போய்விட்டார்கள்."

"உன்னுடைய பரீட்சையில் தேறினவர்கள்தாம் இங்குள்ள சக்திவீரர்களோ!"

"இந்த யோகாப்பியாசமென்ன, கேவலம் புற ஒழுக்கத்தைச் சேர்ந்தது. மற்றபடி தீர யோசித்துப்பார். பிறக்கும்போதே எல்லா மனிதர்களும் ஒரேமாதிரி இருக்கிறதில்லை. இது பிரம்மன் விளையாட்டு. விஞ்ஞானமும் இதை ஆமோதிக்கிறது. சிலருக்குக் கூரிய அறிவிருக்கும். மற்றும் சிலருக்கு நுண்ணிய உணர்ச்சி இருக்கும். இன்னும் சிலர் சாதாரணமாக இருப்பார்கள். இது இயற்கை. சத்யோத்தியாவிலிருப்பவர்களும் இதற்கு விலக்கில்லை. சாதாரணமான ஆதித்தியர்கள் சக்தி கிருகங்கள் போய் மகிழ்ந்து வாழ்கிறார்கள். என் பரீட்சைகளில் தேறி, சிந்தனைத் தெளிவு பெறுகிறவன், இங்கு வந்து ஆத்ம விசாரணை செய்யத் தொடங்குகிறான்."

"சக்திவீரர்கள் தானாகவே வந்து கூடினார்கள் என்று கூடச் சொல்லிவிடுவாய் போலிருக்கிறது."

"சந்தேகமென்ன? முதல் முதல் அப்படித்தான் நடந்தது. கூட்டங்கூட்டமாக வந்து, விஞ்ஞானமும் சரித்திரமும் தெரிந்த இளைஞர்கள் என்னுடன் வாதாடினார்கள். ஆராய்ந்து பார்க்கப்பார்க்க எங்கள் சிந்தனைக்கு உலகம் விரிந்துகொடுக்க ஆரம்பித்தது. அப்புறமாக சாதனைகள் வளர்ந்தன. சோதனைகள் பெருகின. இப்போது தேவி வழிபாடுகள் சக்தி வீரர்களுக்கு ஓர் அனுபவம்; அவ்வளவே. ஆத்மவிசாரணையே எங்களுக்கு முக்கியம். அந்தரங்க பலம் பிரதானம்."

"சத்யோத்தியா மாத்திரம் மதானுசார மாயையில் உழல வேண்டும் – என்ன?"

"வேண்டாமே! அதுதான் சொன்னேனே. சக்திவீரர் மந்திரியாலயம்

வருடந்தோறும் பல யுவதிகளைத் தேர்ந்தெடுக்கிறது. அவர்கள் சக்திநிவாஸ் வரத் தகுதியுள்ளவர்களா என்று அறிய நான் பலவிதப் பரீட்சைகள் வைத்திருக்கிறேன்."

"அசுர யோகங்களைப்பற்றிக் கேட்கும்போதே பயமாக இருக்கிறது."

"அதைவிட அக உணர்வு பெரிது."

"இவ்வளவு அறிவுகொண்ட சக்திவீரர்கள் உன்னுடைய இந்த ஆண் - பெண் உறவாடல் போதனையை மாத்திரம் எப்படி ஒப்புக்கொள்ளுகிறார்கள், புரியவில்லை."

"யோசித்துச் சொல்லு. மேலை நாட்டிலோ, ஏன் நம் நாட்டிலேயே, நீ இதுபோன்ற நடவடிக்கைகளைச் சில இடங்களில் கண்டதில்லையா? நாங்களாவது தத்துவச் சக்கரங்கள் நடக்கும் போதுதான் கூடுகிறோம். அவர்கள் காலதேச சமயங்கள் பாராமல், எப்போது வேண்டுமானாலும் சேர்ந்திருக்கிறார்கள்."

"நீ கொடுக்கும் உந்தலில் இந்தக் காமவேகம் மற்ற எல்லா நினைவுகளையும் துடைத்துவிட்டு, சக்திவீரன் உள்ளம் முழுவதையும் வியாபித்துவிட்டால் என்ன செய்வாய்?"

"உனக்குத் தெரியாதா? கட்டுப்பாடற்ற உல்லாச வாழ்வு சீக்கிரத்தில் அலுத்துவிடும். ஒரே ஒரு விஷயமே மனிதனுடைய வாழ்க்கையைப் பூர்ணமாக்குகிறது. அதுதான் அவன் கொண்டுள்ள குறிக்கோள், அது தொழிலானாலும் சரி, பக்தி வழிபாடானாலும் சரி."

"இரண்டையும் எந்த அளவில் பங்கிட்டுச் சரிக்கட்டுவது என்று விதிப்பது நீ, அப்படித்தானே?" காமேஷ் தலையை ஆட்டினான்.

"அப்போது இந்த சக்தி தந்திரச் சக்கரங்களை நடத்தும் நோக்கம்?"

"நீதான் சொல்லிவிட்டாயே, அந்தரங்கங்கள் தளர்ந்து போகாமல் அதற்கு பலமூட்ட இது ஒரு கருவியென்று."

"ஆமாம். உன்னைப்போல வேறொருவன் தோன்றி, ஜனங்களை இந்த மயக்கத்திலிருந்து தெளியவைத்துவிட்டால் நீ என்ன செய்வாய்?"

"நடக்காத காரியம். குற்றமுள்ள நெஞ்சு இருக்கும்வரையில் தெய்வ சகாயம் வேண்டும்."

"சரி, சரி. உயிர்நாடியின் ஜீவப்பெருக்கைக் கிளப்ப சக்தி ஆராதனையைத் துணைக்குக் கூப்பிட்டாயாக்கும். ஒரு விஷயம் மறந்துவிட்டேனே. விளக்கிச் சொல்லு. சக்தி மாதாக்களை, அவரவர் தேர்ந்தெடுப்பார்களா – அல்லது..."

காமேஷ் மிருதுவாகச் சிரித்தான். "ஓகோ, நீயும் விலக்கில்லை. என்னா? இதில் எத்தனையோ ரகங்கள். சூடாச் சக்கரத்தில் சீட்டுப் போட்டுத்தான் சக்திகளைப் பொறுக்குவார்கள். ஸ்நேக சக்கரத்தில் மனோபீஷ்டப்படி சக்திகள் ஜோடி சேருவார்கள். ஆனந்த புவன யோகத்தில்...."

"போதும், போதும். உன்னுடைய இந்த போதனை மாத்திரம் சக்திவீரர்கள் ஏற்காமல் இருந்தால் எத்தனை நன்றாக இருக்கும்?"

"சாம்பு நீ கெட்டிக்காரன். இத்தனை சொன்னபின்பும் உண்மை விளங்கவில்லையா... உனக்கு?"

"புரியாமல் என்ன? சக்தி வழிபாட்டை நீ உன் சொந்தக் காரியத்திற்குப் பயன்படுத்திக்கொண்டிருக்கிறாய்."

"ஒப்புக்கொள்ள இஷ்டமில்லை. இந்தக் குணமும் நம்மவர்களுக்குண்டு."

"இத்தனை சொல்லுகிறாயே – இதையும் சொல்லு, பார்ப்போம். நம்மவர்களுக்கு ஏன் இத்தனை பொறாமைக் காய்ச்சல் உண்டாகிறது?"

"தாழ்வு மனப்பான்மை. சத்யோத்தியாவில் மனிதன் - தன்னைப்பற்றியே சந்தேகப்படுகிறான். அதனால், அவன் பிழைகள் மேலும் மேலும் குவிந்துகொண்டே போகின்றன."

"பொறாமை, பூசல், கோள் சொல்லுவது - போட்டி; போட்டியை மறந்துவிட்டேனே, அதை அல்லவா முதலில் சொல்லவேண்டும். இதெல்லாம் சக்தி வீரர்களை அண்டாமலிருக்கத்தானே, நீ அவர்களை இங்கே ஒதுக்குப்புறமாக வைத்திருக்கிறாய்?"

காமேஷ் தலையை ஆட்டினான். "உனக்கே தெரிகிறதல்லவா? சத்யோத்தியாவிலிருந்தால், இவர்களும் அந்த மாயை உலகில் சிக்கிக்கொண்டு, சக்தி சக்தியென்று பாடியபடி இருப்பார்கள்."

காமேஷ் சாம்புவை பரிகாசத்துடன் பார்த்தான். பிறகு சொன்னான்: "உன் புத்தியே உனக்குச் சொல்லும். இதெல்லாம் வெளிநாடுகளில் பரவினால் நம் கதியென்னவாகுமென்று நான் சொல்லாமலே உனக்கு விளங்கும். இது ஒரு கனவு என்று வைத்துக்கொள்."

சாம்பு திடுக்கிட்டு அவனைப் பார்த்தான். காமேஷின் சிரிப்பில் இப்போது சாகஸம் நிரம்பியிருந்தது. அதில் தொனித்த ஆதிபத்தியமும், அதிகாரமும் அவனை நடுநடுங்க வைத்தன. இவனுள் நிஜமாகவே ஒரு திவ்ய சக்தி புகுந்து கொண்டுவிட்டதா? சீ... சீ.... ஒரு நாட்டின் நன்மை, சுகம், க்ஷேமம் எல்லாவற்றையும் இப்படி ஒருவனால் தாங்க முடியுமா? என்ன இருந்தாலும், ஆயிரக்கணக்கான சக்தி வீரர் துணையின்றி இவனால் என்ன முடியும்?

காமேஷ் தமாஷாகச் சொன்னான்: "நீ நினைப்பது சரி. சக்தி வீரர்கள் துணையில்லாமல் என்னால் ஒன்றும் முடியாது."

"என்ன! உன்னால் எண்ணங்களைக்கூட ஊடுருவிப் பார்க்க இயலுமா?"

"செப்பிடுவித்தையொன்றுமில்லை. உன் முகம் உன் அகத்தைப் பிரதிபலித்துக் காட்டிவிட்டது. அவ்வளவுதான்."

"அப்போது ஆதித்திய நாட்டின் இந்த உன்னதப் பொருளாதார நிலைமை, செழிப்பு, மக்களின் சுகவாழ்வு யாவுமே உன்னாலே சாதிக்கப்பட்டிருக்கிறதா என்ன?" என்று சாம்பு பிரமிப்புடன் கேட்டான்.

அப்போதுதான் முதல் முதல் காமேஷ் முகத்தில் ஒரு பவ்வியம், ஓர் அடக்கம் தோன்றிற்று. "தனியாக என்னால் என்ன முடிந்திருக்கும்? சக்திவீரர்கள் சகாயமும், ஆதித்தியனின் ஒத்துழைப்பும், மகத்தான ஆதாரங்களாக இருக்கின்றன."

துாக்கமா? கண்களில் திரையா? அல்லது அகத்தின் சித்திர விளக்கமா? சாம்பு விழித்துக்கொண்டுதான் இருந்தான். இந்தத் தடவை ஜீப்பு இல்லை. ஹெலிக்காப்டரும் விமானமுமாக படுவேகத்தில் அவனைக் கொண்டு வந்து சத்யோத்தியாவில் தள்ளிவிட்டன. அப்புறமும் அவன் விழித்துக்கொண்ட பாடாகத் தெரியவில்லை.

நெட்டை ஸிம்ஹன் எத்தனை துாண்டிப்பார்த்தான். வீரேந்திரன் வேடிக்கை செய்தான். பைல்கள் உருண்டன. சத்யோத்தியா வாழ்வு எப்போதும்போல் சுழன்றது. ஆனால், சாம்புவுக்கு மயக்கம் தெளியவில்லை.

சக்திநிவாஸில் என்ன நடந்தது என்று எல்லோரும் கேட்ட கேள்விகளுக்கு அவனால் பதில் கொடுக்க முடியவில்லை. ஏன்? அவனுடைய களை இழந்த முகத்தைக் கண்டு அவர்கள் கவலை கொண்டார்கள். இவனுக்கென்ன, சித்தம் பேதலித்துவிட்டதா? ஏன் இப்படிப் பேசாமல் ஊமையாக உட்கார்ந்திருக்கிறான்? சாம்புவோ, உணவை வெறுத்தான். துாக்கம் கொள்ளாமல் கஷ்டப்பட்டான். பல நாட்கள் அவதிப்பட்ட பிறகு, அந்த நிலையிலேயே புறப்பட்டு மதர்லாந்து திரும்பிவிட்டான். சத்யோத்தியாவும் இப்படி ஒரு மனிதன் வந்து போனதை சீக்கிரம் மறந்துவிட்டது.

சாம்பு மதர்லாந்திற்குத் திரும்பிச் சென்றதும், 'ஆதித்திய நாட்டில் ஒரு சுற்றுப்பிரயாணம்' என்ற தலைப்பில் 'சூரியன் விளிம்பில்'

நீண்ட கட்டுரைகள் பிரசுரித்தான். நாட்டின் வளம், செழுமை, இயந்திர நாகரிகம், புதிய சோதனை, விண்வெளிப் பயணங்கள், நட்சத்திரப் போக்குவரத்து, மக்களின் கூத்துக்களியென்று அவன் விவரிக்காத விஷயமில்லை. இத்தனையும் ஆதித்திய நாட்டாரின் பக்தியினால் சாத்தியமாகிறது என்று வேறு சொல்லியிருந்தான். ஆதித்தியர் ஆயிர வருடக் கணக்காக எப்படி பக்தியில் ஊன்றியிருந்தார்கள் என்று விளக்கியிருந்தான். அவர்களுடைய புராணங்களையும், கோவில்களையும், சாத்திரங்களையும் விஸ்தரித்திருந்தான். வேதாந்த மனப்போக்கையும் நன்கு கண்டு விளம்பரம் செய்திருந்தான்.

ஆனால், சக்திநிவாஸென்று ஒரு இடமிருப்பதாகவோ, அல்லது சத்திராஜித் காமேசுவரன் என்று ஒரு மகான் அங்கே வசிப்பதாகவோ யாதொரு தகவலும் அக் கட்டுரைகளில் காணவில்லை. சாம்புவுக்கே, தான் அங்கே சென்றது கனவோ என்று சந்தேகம் தோன்றியிருக்கலாம். 'சக்தி நிவாஸ்' ஒரு யந்திரமயமா - சக்திமயமா - அல்லது இரண்டும் கலந்த ஒரு மாய உலகமா - இல்லை வீண் கனவா? 'இது ஒரு கனவென்று வைத்துக்கொள்' என்று காமேஷ் சொன்னபடி அவனும் வாளாவிருந்துவிட்டான்.

கிருத்திகா என்ற பெயரில் திருமதி மதுரம் பூதலிங்கம் எழுதிவருகிறார். புகை நடுவில், சத்தியமேவ, பொன்கூண்டு, வாசவேஸ்வரம், தர்மக்ஷேத்திரே, புதிய கோணங்கி, நேற்றும் இன்றும் – இவை இவரின் படைப்புலக சாதனைகள்.

1953 முதல் எழுதி வரும் கிருத்திகா வின் நாவல்களில் சமூக அக்கறையும், தொலைநோக்கும் தெரியும். விமர்சன வெளிச்சத்தில் சமுதாயத்தை அடையாளப்படுத்தும் இவர் எழுத்தில் நளினமும், அங்கதமும் சுவை சேர்க்கும்.

ஆங்கிலத்தில் குழந்தைகளுக்கான புத்தகங்கள் எழுதியுள்ளார். இவருடைய சிறுகதைத் தொகுப்பு ஆங்கிலத்தில் வெளிவந்துள்ளது.